G000135381

Vietnamese
*phrase book
and dictionary*

Berlitz Publishing
New York   Munich   Singapore

Contacting the Editors
Every effort has been made to provide accurate information in this publication, but changes are inevitable. The publisher cannot be responsible for any resulting loss, inconvenience or injury. We would appreciate it if readers would call our attention to any errors or outdated information by contacting Berlitz Publishing, 193 Morris Avenue Springfield, NJ 07081, USA Fax: 1-908-206-1103, e-mail: comments@berlitzbooks.com

Printed in Singapore by Insight Print Services (Pte) Ltd., February 2007.

Berlitz Trademark Reg. U.S. Patent Office and other countries.
Marca Registrada.
Used under license from Berlitz Investment Corporation

Cover photo: ©Yellow Dog Productions/Getty Images

TABLE OF CONTENTS

PRONUNCIATION

This section is designed to familiarize you with the sounds of Vietnamese through the use of our simplified phonetic transcription. You'll find the pronunciation of the Vietnamese sounds below with simple explanation, together with their "imitated" equivalents of English pronunciation. This system is used throughout the phrase book. Whenever you see a word spelled phonetically in the book, simply read the pronunciation as you would in English.

Every syllable is pronounced with one of six tones (e.g. level, hanging, sharp, tumbling, asking and heavy). The different tones make it difffficult for non-natives to speak Vietnamese.

TONES

There are 6 tones used in Vietnamese. It is critical to get the intonation right as different tones indicate different meanings.

Level tone, as in *ta* (I; we; let's): there is no tone marker for this; the voice stays at a pitch slightly above the normal pitch.

Sharp tone, as in *tá* (dozen): the pitch starts a little lower than at level tone before rising sharply.

Hanging tone, as in *tà* (evil spirit; bad): the pitch starts slightly lower than at level tone and then drops off.

Asking tone, as in *tả* (describe): the pitch starts at the same level as hanging tone. It dips initially and rises back to the starting pitch.

Tumbling tone, as in *tã* (diaper): At the beginning, the pitch starts a little above the hanging tone. It dips subsequently and then rises sharply to finish above the starting pitch.

Heavy tone, as in *tạ* (weight): the pitch starts at the same level as the hanging tone before dropping off immediately.

In most cases, the final consonant of the words bearing a heavy tone is almost inaudible. For example, **đẹp** can sound pretty much like 'deh'. Put your lips in the position to say the final consonant, but stop short of actually pronouncing it.

Please note that his phrase book also contains the Vietnamese script. If, despite your efforts, your listener does not seem to understand you, do not hesitate to indicate what you are trying to say to him by pointing to the book.

CONSONANTS

Vietnamese consonants are divided into two categories: single consonants and combined consonants (inclusive of some semi-consonants).

Single consonants

Letter	Approximate pronunciation	Example	Pronunciation
b	like b in baby	ba	*ba*
c	like k in cuddle	cô	*ko*
d	like z in zombie	dì	*zi*
đ	like d in dog	đảo	*dao*
g	like g in go	góa	*gwa*
h	like h in hotel	hoa	*hwa*
k	like k in Pakistan	kiến	*ki-uhn*
l	like l in load	liễu	*li-yoh*
m	like m in mother	mưa	*mur-uh*
n	like n in north	nắng	*nag*
p*	like p in pool	pa nô	*pa no*
q*	like qu in query		
r	like r in rich	răng	*rag*
s	like sh in shoot	sẵn sàng	*shan shag*
t	like t in stand	tin tưởng	*tin tew-ug*
v	like v in very	vui	*vui*
x	like s in sea	xong	*sog*

* Usually, they are used in a form of combined consonants, going with h and u respectively.

Combined consonants

Letter	Approximate pronunciation	Example	Pronunciation
ch	like ch in church	chính	*chin*
gh	like g in go	ghế	*ge*
kh	like the way the Scots say loch	không	*kog*
ng	like ng in song	ngang	*gag*
ngh	like ng in song	nghỉ	*gi*
nh	like ny in canyon	nhanh	*nan*
ph	like f in fill	pha	*fa*
th	like th in breath	thanh thoát	*tan twat*
tr	like tr in train	trà	*tra*

gi*	like j in jacket	giảng viên	*jag vi-uhn*
qu*	like qu in quite	quản lý	*kwan li*

* Semi-consonant

VOWELS

Vietnamese vowels can be divided into three catagories: monophthongs (single vowels), diphthongs (double vowels), and triphthongs (triple vowels). Combined with six tones, it makes spelling a tough task for the beginner. Thus, only a few of the more complex variations are given below. Don't forget that the phonetic system has been specifically designed with the beginner in mind to make the pronunciation as easy as possible.

MONOPHTHONG

Letter	Approximate pronunciation	Example	Pronunciation
a	like a in father	cá	*ka*
ă	like a in jack	bắc	*bak*
â	like u in but	cân	*kan*
e	like e in red	xe	*se*
ê	like ay in say	mê sảng	*mei sag*
i*	like i in tin	mí mắt	*mi mat*
o	like o in cord	to	*to*
ô	like o in hello	tô vẽ	*to ve*
ơ	like u in fur	sợi tơ	*sur-i tur*
u	like oo in soon	tu hú	*too hoo*
ư	like oo in good spoken with an American accent or in a hasty manner (slang)	mừng rỡ	*moorg rur*
y*	like i in sin	chữ ký	*choo ki*

* Even natives find it a chore to distinguish the usage of i and y. The position, the combination of the vowels and the consonants determines the usage of i or y in a word.

DIPHTHONG

Letter	Approximate pronunciation	Example	Pronunciation
ai	like ai in Saigon	mai	*my*
ao	like ao in Mao	cao	*kao*
au	like au in Tau	mau	*ma-oo*

âu	like o in oh	châu chấu	*choh choh*
ay	like ay in play	say	*shay*
eo	ah-ao	kéo	*keh-ao*
êu	ay-oo	mếu máo	*may-oo mao*
iê	i-uh	chiến thắng	*chi-uhn tag*
iu	like ew in few	tiu nghỉu	*tew gew*
oa*	wa	hoa	*hwa*
oă	wa	xoăn	*swan*
oe*	weh	khỏe	*kweh*
oi	like oy in boy	coi	*koi*
ôi	oi	tôi	*toi*
ơi	ur-i	chơi	*chur-i*
ua	like our in tour	thua	*too-a*
uâ	oo-uh	tuần	*too-uh*
uê	oo-ei	hoa huệ	*hwa hoo-ei*
uô	oor	cuống	*koorg*
uy*	oo-i	uy tín	*oo-i tin*
ưa	ur-a	mưa	*mur-a*
ươ	ew-ur	sương	*shew-urg*
ưu	ur-ew	về hưu	*ve hur-ew*

* Semi-vowel

TRIPHTHONG

Letter	Approximate pronunciation	Example	Pronunciation
ươi	ew-ur-i	tươi	*tew-ur-i*
iêu	like ilk in milky	tiêu cự	*ti-yoh kur*
uyên*	oo-in	nguyên	*goo-in*
uyêt*	oo-yit	tuyết	*too-yit*

* The basic components are 'uyê' but the pronunciation can be different.
  This depends on the consonant it pairs off with. Here, only the two most
  common combinations are mentioned.

BASIC EXPRESSIONS

ESSENTIAL

Yes.	**Có** *ko* This is is used in response to a Yes/No question.
Correct.	**Đúng** *dóog* This is used to confirm a statement.
No.	**Không** *kog* This is used in response to a Yes/No question.
Incorrect.	**Sai** *shai* This is used to contradict a statement.
Okay.	**Vâng** *vag*
Please.	**Vui lòng** *voo-i lòg*
Thank you.	**Cám ơn.** *kám urn*
Thank you very much.	**Cám ơn rất nhiều.** *kám urn rát nì-yoh*

GREETINGS/APOLOGIES

In Vietnamese greetings/apologies, the personal pronoun plays a key role in every case. The way which one addresses a person with respect to talking/greeting/apologizing can reflect one's personality, the level of respect shown towards the addressee, the level of education attained, as well as cultural roots. It also distinguishes the relationship between you and that person. This is the rationale underlying the importance of using the correct personal pronoun in all situations.

While Vietnamese uses different personal pronouns for different occasions, the following statements are, for the most part, general and considered common courtesy.

Hello!/Hi! Good morning/afternoon.	**Xin chào.** *sin chao*
Good night.	**Chúc ngủ ngon.** *chóok gỏo gon*
Good-bye.	**Tạm biệt.** *tam bi-uht*
Excuse me! (*getting attention*)	**Xin chú ý!** *sin chóo í*
Excuse me. (*may I get past?*) Excuse me!/Sorry!	**Xin lỗi** *sin lõi*
Don't mention it. Never mind.	**Không sao, không hề gì.** *kog shao, kog hè gì*

COMMUNICATION DIFFICULTIES

As mentioned above, depending on the circumstance, occasion, and environment, you may have to vary the personal pronoun to reflect your personality, education standings, level of respect, and the relationship between you and the person you are talking to.

Here we use the safest and simplest form of 'I' ('**tôi**') and 'you' ('**bạn**').

Do you speak English?	**Bạn nói tiếng Anh được không?** *ban nói tí-uhg an dew-urk kog*
Does anyone here speak English?	**Có ai ở đây biết tiếng Anh không?** *kó ai ủr dai bí-uht tí-uhg an kog*
I don't speak (much) Vietnamese.	**Tôi không nói được tiếng Việt (nhiều lắm).** *Ttoi kog nói dew-urk tí-uhg vi-uht (nì-yoh lám)*
Could you speak more slowly?	**Bạn có thể nói chậm hơn không?** *ban kó tẻ nói cham hurn kog*
Could you repeat that?	**Bạn có thể nhắc lại không?** *ban kó tẻ nák lai kog*
Excuse me? [Pardon me?]	**Xin lỗi, bạn nhắc lại được không?** *sin lõi, ban nák lai dew-urk kog*
Please write it down.	**Vui lòng viết ra điều đó.** *voo-i lòg ví-uht ra dì-yoh do*
Can you translate this for me?	**Bạn có thể dịch điều này cho tôi không?** *ban kó tẻ zik dì-yoh này cho toi kog*

What does this/that mean?	**Điều này/đó nghĩa là gì?**
	dì-yoh này/dó gĩ-a là gì
Please point to the phrase in the book.	**Vui lòng chỉ cụm từ đó ở trong sách.**
	voo-i lòg chỉ koom tòor dó ửr trog shák
I understand.	**Tôi hiểu rồi.** *toi hỉ-yoh ròi*
I don't understand.	**Tôi không hiểu.** *Toi kog hỉ-yoh*
Do you understand?	**Bạn có hiểu không?**
	Ban kó hỉ-yoh kog

GRAMMAR

Vietnamese nouns have no articles (a, an, the) and no plural forms.
Whether the noun is singular or plural is established by the context,
the complement, or by a number modifying the noun.

Cho tôi một vé đến bảo tàng Hồ Chí Minh.
cho toi mot vé dén bảo tàg Hò Kí Min
I'd like a (one) ticket to the Ho Chi Minh museum.
Cho tôi ba vé đến bảo tàng Hồ Chí Minh.
cho toi ba vé dén bảo tàg Hò Kí Min
I'd like three tickets to the Ho Chi Minh museum.

QUESTIONS

Where?

Where is it?	**Ở đâu?** *ửr doh*
Where are you going?	**Bạn đang đi đâu?**
	ban dag di doh
at the meeting place [point]	**tại nơi [điểm] gặp mặt/họp**
	tai nur-i [dỉ-uhm] gap mat/hop
away from me	**cách xa tôi** *kák sa toi*
downstairs	**dưới cầu thang** *zéw-ur-i kàh tag*
from the U.S. here (to here)	**từ Mỹ sang đây (đến đây)**
	tòor Mĩ shag dai (dén dai)
in the car	**ở trong xe** *ur trog se*
in Ho Chi Minh city	**tại thành phố Hồ Chí Minh** *tai tàn fó*
	Hò Kí Min

inside/near the bank	**trong/gần ngân hàng** *trog/gàn gan hag*
next to the post office	**cạnh bưu điện** *kan bur-ew di-uhn*
opposite the market	**đối diện chợ** *dói zi-uhn chur*
on the left/right	**bên trái/phải** *ben trái/fải*
there (to there) to the hotel	**ở đó (từ đó) đến khách sạn** *ửr dó (tòor dó) dén kák shan*
towards Doc Lap palace	**hướng đến dinh Độc Lập** *héw-urg dén zin Dok Lap*
outside the cafe	**bên ngoài quán cà phê** *ben gwài kwán kà fe*
up to the traffic lights	**không quá cột đèn giao thông** *kog kwá kot dèn jao tog*
upstairs	**trên cầu thang** *tren kòh tag*

When …?

When does the museum open?	**Khi nào thì bảo tàng mở cửa?** *ki nào tì bảo tàg mửr kửr-a*
When does the train arrive?	**Khi nào thì tàu đến?** *ki nào tì tàu dén*
10 minutes ago	**cách đây 10 phút** *kák dai mew-ur-i fóot*
after lunch	**sau bữa trưa** *sha-oo bữr-a trur-a*
always	**luôn luôn** *loorn loorn*
around midnight	**khoảng nửa đêm** *kwảg nửr-a dem*
at 7 o'clock	**lúc 7 giờ** *lóok bảy jùr*
before Friday	**trước ngày thứ Sáu** *tréw-urk gày tóor shá-oo*
by tomorrow	**đến ngày mai** *dén gày mai*
early	**sớm** *shúrm*
every week	**hàng tuần** *hàg too-ùhn*
for 2 hours	**trong 2 tiếng** *trog hi tí-uhg*
from 9 a.m. to 6 p.m.	**từ 9 giờ sáng đến 6 giờ tối** *tòor kin jùr shág dén sa-oo jùr tói*

immediately	**ngay lập tức**	_gay lap tóork_
in 20 minutes	**trong 20 phút**	_trog hi mew-ur-i fóot_
never	**không bao giờ**	_kog bao jừr_
not yet now	**chưa phải lúc này**	_chur-a fải lóok này_
often	**thường**	_tềw-urg_
on March 8	**vào ngày 8 tháng Ba**	
	và-o gày tám tág Ba	
on weekdays	**vào các ngày trong tuần**	
	vào kák gày trog too-ùhn	
sometimes	**thỉnh thoảng**	_tỉn twảg_
soon	**sớm**	_shúrm_
then	**sau đó**	_sha-oo dó_
within 2 days	**trong vòng 2 ngày**	_trog vòg hi gày_

What sort of ...?

I'd like	**Tôi muốn**	_toi móorn_
something ...	**thứ gì đó/cái gì đó** ...	_tóor gì dó/kái gì dó..._
It's ...	**Nó.**	_nó_
beautiful/ugly*	**thật đẹp/thật xấu**	_tat dep/tat sóh_
better/worse*	**thật tốt hơn/thật tồi hơn**	
	tat tót hurn/tat tòi hurn	
big/small*	**thật lớn/thật nhỏ**	_tat lúrn/tat nỏ_
cheap/expensive*	**thật rẻ/thật đắt**	_tat rẻ/tat dát_
clean/dirty*	**thật sạch/thật bẩn**	_tat shak/tat bản_
dark/light (color)*	**thật tối/thật sáng**	_tat tói/tat shág_
delicious/revolting*	**thật ngon/thật khó nuốt**	_tat gon/tat kó nóort_
easy/difficult*	**thật dễ/thật khó**	_tat zẽ/tat kó_
empty/full*	**thật đói/thật no**	_tat dói/tat no_
good/bad*	**thật tốt/thật xấu**	_tat tót/tat sóh_
heavy/light*	**thật nặng/thật nhẹ**	_tat nag/tat ne_
hot/warm/cold*	**thật nóng/thật ấm/thật lạnh**	
	tat nóg/tat ám/tat lan	

modern/old-fashioned*	**thật hiện đại/thật lạc hậu** *tat hi-uhn dai/tat lak hoh*
narrow/wide*	**thật hẹp/thật rộng** *tat hep/tat rog*
old/new*	**thật cũ/thật mới** *tat kõo/tat múr-i*
open/shut*	**thật thoáng/thật kín** *tat twág/tat kín*
pleasant, nice/unpleasant*	**thật dễ chịu/thật khó chịu** *tat zẽ kew/tat kó kew*
quick/slow*	**thật nhanh/thật chậm** *tat nan/tat kam*
quiet/noisy*	**thật yên tĩnh/thật ồn ào** *tat i-uhn tĩn/tat òn à-o*
right/wrong	**đúng/sai** *dóog/shai*
tall/small*	**thật cao/thật nhỏ** *tat kao/tat nỏ*
vacant/occupied*	**thật lơ đãng/thật bận rộn** *tat lur dãg/tat ban ron*
young/old*	**thật trẻ/thật già** *tat trẻ/tat zà*

*When used with 'it's...'

Why?

Why is that?/Why not?	**Vì sao?/Vì sao không?** *Vì sha-o?/Vì sha-o kog?*
It's because of the weather.	**Do thời tiết, tại thời tiết** *Zo từr-i tí-uht, tai từr-i tí-uht*
It's because I'm in a hurry.	**Do tôi vội quá, tại tôi vội quá** *Zo toi voi kwá, tai toi voi kwá*
I don't know why.	**Tôi không biết lý do.** *Toi kog bí-uht lízo.*

How much/many?

How much is that?	**Bao nhiêu tiền?** *Bao ni-yoh tì-uhn?*
How many are there?	**Có bao nhiêu cái?** *Kó bao ni-yoh ká-i?*
1/2/3	**một/hai/ba** *mot/hai/ba*
4/5	**bốn/năm** *bón/nam*
none	**không** *kog*
about 100 dollars	**khoảng 100 đôla Mỹ** *kwảg mot tram dola mĩ*

a little	**một ít** *mot ít*
a lot of milk	**nhiều sữa** *nì-yoh shūr-a*
enough	**vừa đủ** *vùr-a dỏo*
few/a few of them	**vài/một vài** *vài/mot vài*
more than that	**nhiều hơn thế** *nì-yoh hurn té*
less than that	**ít hơn thế** *ít hurn té*
much more	**nhiều hơn nhiều** *nì-yoh hurn nì-yoh*
nothing else	**không gì khác** *kog gì kák*
too much	**quá nhiều** *kwá nì-yoh*

Who?/Which?

Who's there?	**Ai đó?** *a-i dó*
It's me!	**Tôi đây!** *toi day*
It's us!	**Chúng tôi đây!** *chóog toi day*
someone/no one	**người nào đó/không ai** *gèw-ur-i nà-o dó/kog a-i*
Which one do you want?	**Bạn muốn cái nào?** *ban móorn ká-i nào*
this one/that one	**cái này/kia** *ká-i này/kia*
one like that	**một cái như thế** *mot ká-i noor té*
not that one	**không phải cái đó** *kog fải ká-i dó*
something	**thứ gì đó/cái gì đó** *tóor gì dó/ká-i gì dó*
nothing	**không gì cả** *kog gì kả*
none	**không** *kog*

Whose?

Whose is that?	**Cái đó của ai?** *ká-i dó kỏo-a ai?*
It's …	**Nó là…** *nó là…*
mine/ours/yours/yours (pl)	**của tôi/của chúng tôi/của bạn/của các bạn** *kỏo-a toi/kỏo-a chóog toi/kỏo-a ban/ kỏo-a kák ban*
his/hers/theirs	**của anh ấy/của cô ấy/ của họ** *kỏo-a an áy/kỏo-a ko áy/ kỏo-a ho*
It's … turn.	**Đến lượt …** *dén lew-urt…*

| my/our/your/your (pl) | **tôi/chúng tôi/bạn/các bạn** *toi/chóog toi/ban/kák ban* |
| his/her/their | **anh ấy/cô ấy/họ** *an áy/ko áy/ho* |

How?

How would you like to pay?	**Bạn muốn thanh toán như thế nào?** *ban móorn tan twán noor té nào*
by credit card	**bằng thẻ tín dụng** *bàg tẻ tín zoog*
with cash	**tiền mặt** *tì-uhn mat*
How are you getting here?	**Bạn đến đó bằng cách nào?** *ban dén dó bàg kák nào*
by car/by bus/by train	**bằng ôtô/bằng xe buýt/bằng tàu hỏa** *bàg oto/bàg se búit/bàg tà-oo hwả*
on foot	**đi bộ** *di bo*
quickly	**một cách nhanh chóng** *mot kák nan chóg*
slowly	**một cách chậm chạp** *mot kák cham chap*
too fast	**quá nhanh** *kwá nan*
very	**rất** *rát*
with a friend	**với bạn bè** *vúr-i ban bè*
without a passport	**không có hộ chiếu** *kog kó ho chí-yoh*

Is it …?/Are there …?

Is it …?	**Có … không?** *kó … kog*
Is it free?	**Có rỗi không?** *kó rõi kog*
It isn't ready.	**Chưa sẵn sàng.** *chur-a shãn shàg*
Is/Are there …?	**Có … không?** *kó … kog*
Is there a shower in the room?	**Có phòng tắm vòi hoa sen trong phòng không?** *kó fòg tám vòi hwa shen trog fòg kog*
Are there buses into town?	**Có xe buýt trong thành phố không?** *kó se búit trog tàn fó kog*
There is a good restaurant near here.	**Có một nhà hàng ngon gần đây.** *ko mot nà hàg gon gàn day*

There aren't any towels in my room.	**Không có bất kỳ khăn tắm nào trong phòng tôi.** *kog kó bát kì kan tám nào trog fòg toi*
Here it is/they are.	**Đây rồi.** *dai ròi*
There it is/they are.	**Kia rồi.** *kia ròi*

Can/May?

Can I have …?	**Tôi có thể lấy … không?** *toi kó tẻ láy …. kog*
May we have …?	**Chúng tôi có thể lấy … không?** *chóog toi kó tẻ láy … kog*
May I speak to …?	**Tôi có thể nói chuyện với … không?** *toi ko tẻ nói choo-in vúr-i … kog*
Can you tell me …?	**Bạn có thể cho tôi biết … không?** *ban kó tẻ cho toi bí-uht … kog*
Can you help me?	**Bạn có thể giúp tôi không?** *ban kó tẻ jóop toi kog*
Can you direct me to …?	**Bạn có thể chỉ tôi đến … không?** *ban kó tẻ chỉ toi dén … kog*
I can't help you.	**Tôi không thể giúp bạn được.** *toi kog tẻ jóop ban dew-urk*

What do you want?

I'd like …	**Tôi muốn …** *toi móorn …*
Could I have …?	**Tôi có thể lấy … không?** *toi kó tẻ láy … kog*
We'd like …	**Chúng tôi muốn …** *chóog toi móorn …*
Give me …	**Đưa cho tôi …** *dur-a cho toi …*
I'm looking for …	**Tôi đang tìm …** *toi dag tìm …*
I need to …	**Tôi cần …** *toi kàn …*
go to …	**đi đến …** *di dén …*
find …	**tìm …** *tìm …*
see …	**thấy …** *táy …*
speak to …	**nói chuyện với…** *nó-i choo-in vúr-i…*

OTHER USEFUL WORDS

fortunately	**may mắn** *may mán*
hopefully	**hy vọng** *hi vog*
of course	**dĩ nhiên** *zĩ ni-uhn*
perhaps/possibly	**có lẽ/có thể** *kó lẽ/kó tẻ*
probably	**chắc là** *chák là*
unfortunately	**không may** *kog may*

EXCLAMATIONS

At last!	**Rốt cuộc/Cuối cùng!** *rót koork/kóori kòog*
Go on.	**Tiếp tục.** *tí-uhp took*
I don't mind.	1. **Vâng, xin mời.** *vag, sin mùr-i* For example, to reply to an invitation of having something (like a mug of beer, etc) in a party. 2. **Không sao đâu.** *kog shao doh* Used in general, similar to 'Don't mention it'.
No way!	**Không thể nào!** *kog tẻ nà-o*
Really?	**Thật chứ?** *tat chóor*
Nonsense!	**Nói bậy/Vô lý!** *nói bay/Vo lí*
That's enough.	**Đủ rồi.** *đỏo rò-i*
That's true.	**Đó là sự thật.** *đó là shoor tat*
How are things?	**Mọi việc thế nào?** *moi vi-uhk té nào*
Fine, thank you.	**Vẫn tốt, cám ơn.** *vãn tót, kám urn*
It's …	**Nó** *nó*
terrific/great	**Thật tuyệt vời** *tat too-it vùr-i*
fine/okay	**Tốt** *tót*
not bad	**không tệ lắm** *kog te lám*
not good	**không tốt lắm** *kog tót lám*
terrible	**thật tồi tệ** *tat tòi te*

GRAMMAR

Vietnamese verb forms are even more invariable than English ones, with no differences between the singular and plural forms.

Personal pronouns (I/me, you, he/him, she/her, etc.) all have the same form. This rule holds true in either the subject sense or the object sense.

Tôi đã đưa vé cho anh ta.   I gave the ticket to him.
toi đã dur-a vé cho an ta

Anh ta đã đưa vé cho tôi.   He gave the ticket to me.
an ta đã dur-a vé cho toi

ACCOMMODATIONS

Ho Chi Minh City

Here, you can find some of the most luxurious hotels in the country and even in South-East Asia. They boast of excellent business services and conference facilities. It is advisable to reserve a room in advance as hotel vacancies can be hard to find during peak periods. Cheaper hotels and guesthouses are available in areas along District 5, District 10, etc.

Ha Noi

Ha Noi's cost of living is slightly lower than Ho Chi Minh City although daily expenses can be a tad higher. Upmarket hotels are usually located in the downtown sector but hotels and guesthouses can be found across the city. It's advisable to book rooms in advance as some hotels offer special rates for early birds.

Hue

In this 'tourist city', it's very easy for you to find hotels, mostly located in the downtown area. Many hotels in Hue are garden-style, offering a haven for those who seek peace and tranquility.

Western-style hotels. Some major hotel chains have establishments in Ha Noi, Ho Chi Minh and Hue. These upscale Western-style hotels usually have English-speaking reception staff.

Friendship hotels are often enormous government-run complexes spread out over extensive grounds. Set up in the 1930s for traveling government officials and foreign dignitaries, many of these hotels were renovated and now provide mid to high-range accommodations.

Guesthouses. The standard varies, and it is best to inspect the room before taking it.

Youth hostels. This type of accomodation is relatively new in Vietnam and most likely found only in major cities like Ha Noi and Ho Chi Minh City. They are located in the city and are fairly affordable but you're advised to have a look first.

Reservations

In advance

Can you recommend a hotel in …?
Bạn có thể giới thiệu một khách sạn ở …?
ban kó tẻ júr-i ti-yoh mot kak shan ủr …

Is it near the center of town?
Nó có gần trung tâm thành phố không?
nó kó gàn troog tam tàn fó kog

How much is it per night?
Giá mỗi đêm bao nhiêu?
zá mỗi dem bao ni-yoh

Do you have a cheaper room?
Có phòng nào rẻ hơn không?
kó fòg nà-o rẻ hurn kog

Could you reserve [book] me a room there, please?
Vui lòng đặt một phòng ở đó cho tôi.
voo-i lòg dat mot fòg ủr dó cho toi

How do I get there?
Tôi đến đó như thế nào?
toi dén dó noor té nà-o

At the hotel

Do you have a room?
Xin hỏi còn phòng không?
sin hỏi kòn fòg kog

Is there another hotel nearby?
Có khách sạn khác gần đây không?
kó kák shan kák gàn day kog

I'd like a single/double room.
Tôi muốn một phòng đơn/đôi.
toi móorn mot fòg durn/doi

Can I see the room, please?
Vui lòng cho tôi xem phòng.
voo-i lòg cho toi sem fòg

I'd like a room with …
Tôi muốn phòng có …
toi móorn fòg kó …

twin beds
hai giường đơn *hai jèw-urg durn*

a double bed
giường đôi *jèw-urg doi*

a bath/shower
phòng tắm *fòg tam*

Reception

I have a reservation.
Tôi đã đặt phòng. *toi dã dat fòg*

My name is …
Tên tôi là… *ten toi là…*

We reserved a double and a single room.	**Chúng tôi đã đặt một phòng đơn và một phòng đôi.**
	chóog toi dã dat mot fòg durn và mot fòg doi
I confirmed my reservation by mail.	**Tôi đã xác nhận đặt phòng bằng thư.**
	toi dã sák nan dat fòg bàg toor
Could we have adjoining rooms?	**Chúng tôi có thể đặt các phòng kế bên không?**
	chóog toi kó tẻ dat kák fòg ké ben kog

Amenities and facilities

Is there (a/an) … in the room?	**Có … trong phòng không?**
	kó … trog fòg kog
air conditioning	**điều hòa không khí** *dì-yoh hwà kog kí*
TV/telephone	**truyền hình/điện thoại**
	troo-ìn hìn/dị-uhn twại
Does the hotel have (a/an) …?	**Khách sạn có … không?**
	kák shan kó … kog
cable TV	**truyền hình cáp** *troo-ìn hìn káp*
laundry service	**dịch vụ giặt là** *zik voo jat là*
solarium	**nhà tắm nắng** *nà tám nág*
swimming pool	**hồ bơi** *hò bur-i*
Could you put … in the room?	**Bạn có thể đặt … trong phòng không?**
	ban kó tẻ dat … trog fòg kog
an extra bed	**thêm một giường** *tem mot jèw-urg*
a crib [a child's cot]	**nôi trẻ** *noi trẻ*
Do you have facilities for children/the disabled?	**Bạn có tiện nghi cho trẻ em/người tàn tật không?**
	ban kó ti-uhn gi cho trẻ em/gèw-ur-i tàn tat kog

How long?

We'll be staying …	**Chúng tôi sẽ ở…** *chóog toi shẽ ử...*
one night only	**chỉ một đêm** *chỉ mot dem*
a few days	**vài ngày** *và-i gày*
a week (at least)	**(ít nhất) một tuần** *(ít nát) mot tòo-uhn*
I don't know yet.	**Tôi chưa biết.** *toi chur-a bí-uht*
I'd like to stay an extra night.	**Tôi muốn ở thêm một đêm.** *toi móorn ử tem mot dem*
What does this mean?	**Điều đó nghĩa là gì?** *dì-yoh dó gĩ-a là gì*

YOU MAY HEAR

Voo-i lòg cho toi sem ho kí-yoh kỏo-a og.	May I see your passport, please?
Voo-i lòg cho dì-uhn và-o mỗh durn này.	Please fill out this form.
shó dag kí se kỏo-a og là zĩ?	What is your car registration number?

YOU MAY SEE

giá phòng chỉ … đồng	room only … vietnam dong
bao gồm bữa sáng	breakfast included
có các bữa ăn	meals available
tên/họ	first name/last name
số/địa chỉ nhà/đường	number/home address/street
quốc tịch/nghề nghiệp	nationality/profession
ngày tháng/nơi sinh	date/place of birth
số hộ chiếu	passport number
số đăng ký xe	vehicle registration number
địa điểm/ngày	location/date
chữ ký	signature

Price

How much is it …?	**Giá … là bao nhiêu?**	_zá … là bao ni-yoh_
per night/week	**mỗi đêm/tuần**	_mõ-i dem/tòo-uhn_
for bed and breakfast	**phòng và bữa sáng**	_fòg và bũr-a shág_
excluding meals	**ngoại trừ các bữa ăn**	_gwai tròor kák bũr-a an_
for full board (American Plan [A.P.])	**thuê phòng và hai bữa chính**	_too-ei fòg và hai bũr-a chín_
for half board (Modified American Plan [M.A.P.])	**thuê phòng và một bữa chính**	_too-ei fòg và mot bũr-a chín_
Does the price include …?	**Giá bao gồm … không**	_zá bao gòm … kog_
breakfast	**bữa sáng**	_bũr-a shág_
sales tax [VAT]	**thuế VAT**	_too-éi ve-a-te_
Do I have to pay a deposit?	**Tôi có phải trả tiền đặt cọc không?**	_toi kó fải trả tì-uhn dat kok kog_
Is there a discount for children?	**Có giảm giá cho trẻ em không?**	_kó jảm zá cho trẻ em kog_

Decision

May I see the room?	**Tôi có thể xem phòng không?**	_toi kó tẻ sem fòg kog_
That's fine. I'll take it.	**Được rồi. Tôi đặt phòng này.***	_dew-urk rò-i. Toi dat fòg này_
It's too …	**Nó quá …**	_nó kwá …_
dark/small	**tối/nhỏ**	_tó-i/nỏ_
noisy	**ồn ào**	_òn à-o_
Do you have anything …?	**Liệu còn bất kỳ phòng nào … không?***	_li-yoh kòn bát kì fòg nào … kog_
bigger/cheaper	**lớn hơn/rẻ hơn**	_lúrn hurn/rẻ hurn_
quieter/lighter	**yên tĩnh hơn/sáng hơn**	_i-uhn tĩn hurn/shág hurn_
No, I won't take it.	**Không, tôi không lấy phòng ấy.***	_kog, toi kog láy fòg áy_

* Used with reference to hotel rooms only.

Problems

The … doesn't work.	**… không hoạt động.** *… kog hwat dog.*
air conditioning	**điều hòa không khí** *dì-yoh hwà kog ki*
fan	**quạt** *kwat*
heating	**lò sưởi** *lò shew-ử-i*
light	**đèn** *dèn*
I can't turn the heat [heating] on/off.	**Tôi không thể bật/tắt lò sưởi.** *toi kog tẻ bat/tát lò shew-ử-i*
There is no hot water/ toilet paper.	**Không có nước nóng/giấy vệ sinh.** *kog kó new-úrk nóg/jáy ve shin*
The faucet [tap] is dripping.	**Vòi nước đang nhỏ giọt.** *vò-i new-úrk dag nỏ jot*
The sink/toilet is blocked.	**Bồn/nhà vệ sinh bị tắc.** *bòn/na ve shin bi ták*
The window/door is jammed.	**Cửa sổ/cửa lớn bị kẹt.** *kử-a shỏ/kử-a lúrn bi ket*
My room has not been made up.	**Phòng tôi chưa được dọn.** *fòg toi chur-a dew-urk zon*
The … is/are broken.	**… bị hỏng.** *… bi hỏg*
blinds	**rèm** *rèm*
lamp	**đèn** *dèn*
light switch	**công tắc đèn** *kog ták dèn*
lock	**khóa** *kwá*
There are insects in our room.	**Có côn trùng trong phòng chúng tôi.** *kó kon tròog trog fòg kóog toi*

Action

Could you have that seen to?	**Liệu ông/bà có thể cử ai đến giúp không?** *li-yoh og/bà ko tẻ kửor ai dén jóop kog*
I'd like to move to another room.	**Tôi muốn chuyển đến phòng khác.** *toi móorn choo-ỉn dén fòg kák*
I'd like to speak to the manager.	**Tôi muốn nói chuyện với người quản lý.** *toi móorn nó-i choo-in vúr-i gèw-ur-i kwản lí*

REQUIREMENTS

Standard voltage is 200/220-volt, 50-cycle AC, but power outlets can vary greatly (there are at least four different types). Converters are available in major cities.

About the hotel

Where's the …?	**… ở đâu?** *… ửr do*
bar	**quầy rượu** *kwày rew-uru*
bathroom	**phòng tắm** *fòg tám*
dining room	**phòng ăn** *fòg an*
elevator [lift]	**thang máy** *tag máy*
parking lot [car park]	**chỗ để xe** *kõ dẻ se*
sauna	**phòng tắm hơi** *fòg tám hur-i*
shower	**phòng tắm vòi hoa sen** *fòg tám vò-i hwa shen*
swimming pool	**hồ bơi** *hò bur-i*
tour operator's bulletin board	**bảng thông tin du lịch** *bảg tog tin zoo lik*
Where is the bathroom [toilet]?	**Phòng tắm [nhà vệ sinh] ở đâu?** *fòg tám [nà ve shin] ửr doh*
What time is the front door locked?	**Cửa trước ra vào đóng cửa lúc mấy giờ?** *kửr-a tréw-urk ra và-o dóg kửr-a lóok máy jùr*
What time is breakfast served?	**Bữa sáng phục vụ lúc mấy giờ?** *bữr-a shág fook voo lóok máy jùr*
Is there room service?	**Có dịch vụ phòng không?** *kó zik voo fòg kog*

YOU MAY SEE

chỉ dao cạo	razors [shavers] only
lối thoát hiểm	emergency exit
cửa lò	fire door
xin đừng làm phiền	do not disturb
quay số … để gọi số ngoài	dial … for an outside line

Except in the main tourist areas, public restrooms are not always easy to find. Most of them are not well maintained, so those located in hotels or Western fast-food restaurants may be a better bet. Always carry tissue paper with you when using public restrooms.

The key to room …, please.	**Vui lòng cho tôi xin chìa khóa phòng …** *voo-i lòg cho toi sin chì-a kwá fòg …*
I've lost my key.	**Tôi đánh mất chìa khóa của tôi rồi.** *toi dán mát chì-a kwá kỏo-a to-i rò-i*
I've locked myself out of my room.	**Tôi tự khóa mình ở ngoài phòng.** *toi toor kwá mìn ử gwài fòg*
Could you wake me at …?	**Vui lòng đánh thức tôi lúc …** *voo-i lòg dán tóork toi lóok …*
I'd like breakfast in my room.	**Tôi muốn ăn sáng trong phòng mình.** *toi móorn an shág trog fòg mìn*
Can I leave this in the safe?	**Tôi có thể để nó trong tủ an toàn không?** *toi kó tẻ dẻ nó trog tỏo an twàn kog*
Could I have my things from the safe?	**Cho tôi lấy đồ của mình trong tủ an toàn?** *cho toi láy dò kỏo-a mìn trog tỏo an twàn*
Where is our tour guide?	**Hướng dẫn viên du lịch của chúng ta đâu?** *héw-urg zãn vi-uhn zoo lik kỏo-a chóog ta do*
May I have an extra …?	**Tôi có thể lấy thêm … không?** *toi kó tẻ láy tem … kog*
bath towel/blanket	**khăn tắm/chăn** *kan tám/chan*
hanger/pillow	**giá treo/gối** *já treh-ao/gó-i*
soap	**xà phòng** *sà fòg*
Is there any mail for me?	**Có thư cho tôi không?** *kó toor cho toi kog*
Are there any messages for me?	**Có tin tức gì cho tôi không?** *ko tin tóork gì cho toi kog*

RENTING

We reserved an apartment/cottage in the name of …	**Chúng tôi đã đặt một căn hộ/nhà tranh dưới tên …** *chóog toi dã dat mot kan ho/na tran zéw-ur-i ten …*
Where do we pick up the keys?	**Chúng tôi lấy chìa khóa ở đâu?** *chóog toi láy chì-a kwá ửr doh*
Where is the…?	**… ở đâu?** *… ửr doh*
electricity meter	**đồng hồ điện** *dòg hò di-uhn*
fuse box	**hộp cầu chì** *hop kòh chì*
valve [stopcock]	**van** *van*
water heater	**lò đun nước** *lò doon néw-urk*
Are there any spare …?	**Có bất kỳ … thừa nào không?** *kó bat kì … tùr-a nà-o kog*
fuses	**cầu chì** *kòh chì*
gas bottles	**chai xăng dầu** *chai sag zòh*
sheets	**khăn trải giường** *kan trả-i jèw-urg*
Which day does the maid come?	**Người giúp việc đến vào ngày nào?** *gèw-ur-i jóop vi-uhk dén và-o gày nà-o*
Where/When do I put out the trash [rubbish]?	**Tôi đổ rác ở đâu/vào lúc nào?** *toi dỏ rák ửr doh/và-o lóok nà-o*

Problems?

Where can I contact you?	**Tôi có thể liên lạc với bạn ở đâu?** *toi kó tẻ li-uhn lak vúr-i ban ửr doh*
How does the stove [cooker]/water heater work?	**Bếp lò/lò đun nước hoạt động thế nào?** *bép lò/lò doon new-úrk hwat dog té nao*
The … is/are dirty.	**… thật bẩn.** *… tat bẩn*
The … has broken down.	**… vỡ rồi.** *… vũr roi*
We accidentally broke/ lost …	**Chúng tôi vô tình làm vỡ/mất …** *chóog toi vo tìn làm vũr/mát …*
That was already damage when we arrived.	**Khi chúng tôi đến thì nó đã hỏng rồi.** *ki chóog toi dén tì nó dã hỏg ròi*

29

Useful terms

boiler	**nồi nấu**	*nòi nóh*
crockery	**bát đĩa sành**	*bát dī-a shàn*
cutlery	**dao kéo**	*zao kéh-ao*
frying pan	**chảo rán**	*cha²o rán*
kettle	**ấm đun nước**	*ám doon new-úrk*
lamp	**đèn**	*dèn*
refrigerator/freezer	**tủ lạnh**	*tỏo lan*
saucepan	**chảo**	*chả-o*
stove [cooker]	**bếp lò**	*bép lò*
toilet paper	**giấy vệ sinh**	*jáy ve shin*
washing machine	**máy rửa bát**	*máy rửr-a bát*

Rooms

balcony	**ban công**	*ban kog*
bathroom	**phòng tắm**	*fòg tam*
bedroom	**phòng ngủ**	*fòg gỏo*
dining room	**phòng ăn**	*fòg an*
kitchen	**nhà bếp**	*nà bép*
living room	**phòng khách**	*fòg kák*
toilet	**nhà vệ sinh**	*nà ve shin*

YOUTH HOSTEL

Do you have any places left for tonight?	**Xin hỏi còn có chỗ ngủ đêm nay không?** *sin hỏi kòn kó chỗ gỏo dem nay kog*
Do you rent [hire] out bedding?	**Bạn có cho thuê chỗ ngủ không?** *ban kó cho too-ei chỗ gỏo kog*
What time are the doors locked?	**Đóng cửa lúc mấy giờ?** *dóg kửr-a lóok máy jừr*
I have an International Student Card.	**Tôi có thẻ sinh viên quốc tế.** *toi kó tẻ shin vi-uhn kwóhk té*

CAMPING

Reservations

Is there a campsite near here?	**Có địa điểm cắm trại nào gần đây không?** *kó dia die-uhm kám trai nà-o gàn day kog*
Do you have space for a tent/trailer [caravan]?	**Xin hỏi ở đây có lều/xe moóc không?** *sin hỏ-i ử day ko lèw/se mó-ok kog*
What is the charge …?	**Chi phí … là bao nhiêu?** *chi fí … là bao ni-yoh*
per day/week	**một ngày/tuần** *mot gày/tòo-uhn*
for a tent/car	**cho lều/xe ôtô** *cho lèw/se oto*
for a trailer [caravan]	**cho xe moóc** *cho se mó-ok*

Facilities

Are there cooking facilities on site?	**Có dụng cụ nấu ăn tại chỗ không?** *kó zoog koo nóh an tai chõ kog*
Are there any electrical outlets [power points]?	**Có chỗ cắm điện không?** *kó chõ káam di-uhn kog*
Where is/are the …?	**… ở đâu?** *… ử doh*
drinking water	**nước uống** *new-úrk óorg*
trash cans [dustbins]	**thùng rác** *tòog rák*
laundry facilities	**dụng cụ giặt là** *zoog koo jat là*
showers	**vòi hoa sen** *vò-i hwa shen*
Where can I get some butane gas?	**Tôi có thể lấy khí đốt ở đâu?** *toi kó tẻ láy kíi dót ử doh*

YOU MAY SEE

nước uống	drinking water
cấm cắm trại	no camping
cấm lửa/nướng thịt	no fires/barbecues

Complaints

It's too sunny/shady/crowded here.	**Ở đây quá nắng/râm mát/đông đúc.** *ửr day kwá nág/ram mát/dog dóok*
The ground's too hard/uneven.	**Đất quá rắn/ghồ ghề** *dát kwá rán/gò gè*
Is there a more level spot?	**Có nơi nào bằng phẳng không?** *kó nur-i nà-o bàg fåg kog*
You can't camp here.	**Bạn không thể cắm trại ở đây.** *ban kog tẻ kám trai ửr dai*

Camping equipment

butane gas	**khí đốt** *kí dót*
campbed	**giường gấp** *jèw-urg gáp*
charcoal	**than củi** *tan kỏo-i*
flashlight [torch]	**đèn pin** *dèn pin*
groundcloth [groundsheet]	**bạt ngủ** *bat gỏo*
guy rope	**dây chăng** *zai chag*
hammer	**búa** *bóo-a*
kerosene [primus] stove	**bếp dầu** *bép zòh*
knapsack	**ba lô** *ba lo*
mallet	**cái vồ** *kai vò*
matches	**diêm** *zi-uhm*
(air) mattress	**nệm** *nem*
paraffin	**nến** *nén*
penknife	**dao nhíp** *zao níp*
sleeping bag	**túi ngủ** *tóo-i gỏo*
tent	**lều** *lèw*
tent pegs	**móc lều** *mók lèw*
tent pole	**cọc lều** *kok lèw*

Checking out

What time do we have to check out by?	**Chúng ta thanh toán phòng lúc nào?** *chóog ta tan twán fòg lóok nà-o*
Could we leave our baggage [luggage] here until … p.m.?	**Chúng tôi có thể để hành lý của mình ở đây đến … giờ chiều không?** *chóog toi kó tẻ dể hàn lí kỏo-a mìn ử day dén … jừ chì-yoh kog*
I'm leaving now.	**Tôi lên đường bây giờ.** *toi len dèw-urg bai jừ*
Could you order me a taxi, please?	**Vui lòng gọi xe taxi cho tôi.** *voo-i lòg goi se takshi ko toi*
We had a very enjoyable stay.	**Chúng tôi rất vui đã được nghỉ tại đây.** *chóog toi rát voo-i dã dew-urk gỉ tai day*

Paying

A service charge of 10% (VAT) is normally added to the hotel bill. Tipping is not expected, but tipping in advance ensures better service. Most hotels offer hotel porter services free of charge.

May I have my bill, please?	**Vui lòng cho tôi hóa đơn?** *voo-i lòg cho toi hwá durn*
I think there's a mistake on this bill.	**Tôi nghĩ có nhầm lẫn trong hóa đơn này.** *toi gĩ kó nàm lãn trog hwá durn này*
I've made … telephone calls.	**Tôi đã gọi điện thoại.** *toi dã goi di-uhn twai*
I've taken … from the mini-bar.	**Tôi đã lấy … từ quầy rượu mini** *toi dã láy tòor kwày rew-uru mini*
Can I have an itemized bill?	**Tôi có thể lấy hóa đơn chi tiết không?** *toi kó tẻ láy hwá durn chi tí-uht kog*
Could I have a receipt, please?	**Vui lòng cho tôi lấy biên lai.** *voo-i lòg cho toi láy bi-uhn lai*

EATING OUT

RESTAURANTS

In Vietnam, each region has its own specialties and tastes in cooking. The mere number of ingredients speaks volumes of the fascinating range of Vietnamese cuisines prepared in a variety of local cooking styles. One interesting feature of Vietnamese food is that every dish contains distinctive flavors unique to the region it comes from.

People in Northern Vietnam tend to favor dishes that are not too salty, sour and hot. Some of the specialties of this region include noodles served with beef/chicken, steamed rolled rice pancakes and dog meat.

Southern locals prefer a sweeter, more peppery palate. The specialties of this region range from noodles with seasoned and sautéed beef (served hot and with other ingredients) to fried dumplings and rice pancakes folded in half and filled with a mixture of shrimp, pork meat and bean sprouts.

People in Central Vietnam fancy salty, peppery dishes. The local delicacies include rice or noodles with mussels, fern-shaped cakes and cassava starch cakes.

Even though each region boasts different specialties, a simple bowl of fish sauce and rice usually come with every Vietnamese meal. Amidst the festivities that take place during the Tet holiday period, all Vietnamese look forward to having the glutinous rice square which can be found in street stalls.

Chopsticks

In Western and upscale Vietnamese restaurants, you may be able to get utensils. In most cases, you will only find chopsticks and spoons. It is customary to bring the bowl up to your lips before eating the rice with chopsticks. Always take caution in placing the chopsticks on the provided holder or against the rims of a plate rather than across the bowl.

Where to eat

Ha Noi, Ho Chi Minh, Hue and other large cities offer a great variety of restaurants with prices to suit every budget. It is also essential to visit the street-side stalls (usually 4-5 tables to a store) if you want to have a slice of authentic Vietnamese fare.

MEAL TIMES

Breakfast

Hotels serve Western style breakfast from 8:00 a.m. to 10:00 a.m. A traditional Vietnamese breakfast usually consists of noodles, porridge and buns that come in an assortment of flavors, with vegetables as a side dish.

Lunch

In hotels, lunch is generally served from 11:30 a.m. to 2:00 p.m., but restaurants may serve as early as 11 a.m. It is best to ask the receptionist.

Dinner

In hotels, dinner is generally served from 7:00 p.m. to 9:30 p.m. However, restaurant times vary. In some areas, restaurants may start serving at 4:00 p.m. and finish by 8 p.m. Be sure to check a restaurant's hours before you go. To get a table in a fancy restaurant, reservations are generally needed.

FINDING A PLACE TO EAT

Can you recommend a good restaurant?	**Bạn có thể giới thiệu một nhà hàng ngon không?** *ban kó tẻ júr-i ti-yoh mot nà hàg gon kog?*
Is there a … near here?	**Có … gần đây không?** *kó … gàn day kog*
traditional local restaurant	**nhà hàng địa phương truyền thống** *nà hàg dia few-urg tròo-in tóg*
Vietnamese restaurant	**nhà hàng Việt Nam** *nà hàg Vi-uht Nam*
seafood restaurant	**nhà hàng hải sản** *nà hàg hả-i shản*
Italian restaurant	**nhà hàng Ý** *nà hàg í*
inexpensive restaurant	**quán ăn bình dân** *kwán an bìn zan*
Japanese restaurant	**nhà hàng Nhật** *nà hàg Nat*
vegetarian restaurant	**tiệm ăn chay** *ti-uhm an chay*
Where can I find a(n) …?	**Tôi có thể tìm … ở đâu?** *toi kó tẻ tim … ủr doh*
burger stand	**quán thịt băm viên** *kwán tit bam vi-uhn*
café	**quán cà phê** *kwán kà fe*
restaurant	**nhà hàng** *nà hàg*
fast-food restaurant	**quán ăn nhanh** *kwán an nan*
ice-cream parlor	**quán kem** *kwán kem*
pizzeria	**hiệu bánh pizza** *hi-yoh bán pizza*
steak house	**quán thịt nướng** *kwán tit néw-urg*

RESERVATIONS

I'd like to reserve a table for two.	**Tôi muốn đặt một bàn cho hai người.** *toi móorn dat mot bàn cho hai gèw-ur-i*
For this evening/tomorrow at …	**Vào tối nay/ngày mai lúc …** *và-o tói nay/gày mai lóok …*
We'll come at 8:00.	**Chúng tôi sẽ đến lúc 8:00 giờ.** *chóog toi shẽ dén lóok tám jùr*
A table for two, please.	**Vui lòng lấy một bàn cho hai người.** *voo-i lòng láy mot bàn cho hai gèw-ur-i*
We have a reservation.	**Chúng tôi đã đặt trước.** *chóog toi dã dat tréw-urk*

ESSENTIAL

A table for… , please.	**Vui lòng lấy một bàn cho … người.** *voo-i lòng láy mot ban cho … gèw-ur-i*
1/2/3/4	**một/hai/ba/bốn** *mot/hai/ba/bón*
Thank you.	**Cám ơn.** *kám urn*
I'd like to pay.	**Tôi muốn thanh toán.** *toi móorn tan twán*

WHERE TO SIT

Could we sit …?	**Chúng tôi có thể ngồi … không?** *chóog toi kó tẻ gòi … kog*
over there	**đằng kia** *dàg kia*
outside	**bên ngoài** *ben gwà-i*
in a non-smoking area	**trong khu vực không hút thuốc lá** *trog koo voork kog hóot tóork lá*
by the window	**cạnh cửa sổ** *kan kửr-a shỏ*
Smoking or non-smoking?	**Hút thuốc hay không hút thuốc?** *hóot tóork hay kog hóot tóork*

YOU MAY HEAR

Voo-i lòg cho bí-uht ten.	What's the name, please?
Toi sin lõ-i. Chóog toi rát ban/dã kín chõ.	I'm sorry. We're very busy/full.
Chóog toi shẽ kó bàn tróg trog vòg … fóot.	We'll have a free table in … minutes.
Voo-i lòg kway lai trog vòg … fóot.	Please come back in … minutes.

ORDERING

Waiter!/Waitress!	**Bồi bàn!**	*bòi bàn*
May I see the wine list, please?	**Vui lòng cho tôi xem danh sách rượu?**	*voo-i lòg cho toi sem zan shák rew-uru*
Do you have a set menu?	**Ở đây có thực đơn cố định không?**	*ử day kó toork durn kó din kog*
Can you recommend some typical local dishes?	**Bạn có thể giới thiệu một số món ăn địa phương đặc trưng không?**	*ban kó tẻ júr-i ti-yoh mot shó món an dia few-urg dak troorg kog*
Could you tell me what … is?	**Bạn có thể cho tôi biết … là gì không?**	*ban kó tẻ cho toi bí-uht … là gì kog*
What's in it?	**Trong đó có gì?**	*trog dó kó gì*
What kind of … do you have?	**Bạn có loại … nào?**	*ban kó lwại … nà-o*
I'd like …	**Tôi muốn …**	*toi móorn …*
I'll have...	**Tôi sẽ dùng …**	*toi shẽ zòog …*
a bottle/glass/carafe of …	**một chai/cốc/bình …**	*mot chai/kók/bìn …*

Side dishes/Accompaniments

Could I have … without the …?	**Xin cho tôi … không có …?**	*sin cho toi … kog kó …*
With a side order of …	**với món phụ là …**	*vúr-i món foo là …*
Could I have salad instead of vegetables, please?	**Vui lòng lấy cho tôi xà lách trộn thay cho rau?**	*voo-i lòg láy cho toi sà lák tron tay cho ra-oo*

37

Og dã shãn shàg goi món chur-a?	Are you ready to order?
Og móorn zòog gì?	What would you like?
Og móorn zòog dò óorg tréw-urk kog?	Would you like to order drinks first?
Toi dè gi…	I recommend …
Chóog toi kog kó…	We haven't got …
Shẽ mát … fóot.	That will take … minutes.
Chóok gon mi-uhg.	Enjoy your meal.

Does the meal come with vegetables/potatoes?	**Bữa an có rau/khoai tây không?** *būr-a an kó ra-oo/kwai tai kog*
Do you have any sauces?	**Ở đây có bất kỳ loại nước xốt nào không?** *ừr day kó bát kì lwai new-úrk sót nà-o kog*
Would you like … with that?	**Bạn có muốn … dùng với nó?** *ban kó móorn … zòog vứr-i nó*
vegetables/salad	**rau/xà lách trộn** *ra-oo/sà lák tron*
potatoes/fries	**khoai tây/thịt rán** *kwai tai/tit rán*
rice	**cơm** *kurm*
sauce	**nước xốt** *new-úrk sót*
ice	**kem** *kem*
May I have some …?	**Xin cho tôi một ít …** *sin cho toi mot ít …*
bread	**bánh mì** *ban mì*
butter	**bơ** *bur*
lemon	**chanh** *chan*
mustard	**tương mù tạc** *tew-urg mòo tak*
pepper	**tiêu** *ti-yoh*
salt	**muối** *móori*
seasoning	**gia vị** *za vi*
soy sauce	**xì dầu** *sì zòh*
sugar	**đường** *dèw-urg*
artificial sweetener	**đường nhân tạo** *dèw-urg nan tao*
vinaigrette [French dressing]	**nước xốt lẫn giấm** *new-úrk sót lãn zám*

General questions

Could I/we have a(n) (clean) ..., please?
Vui lòng lấy cho tôi/chúng tôi một ... (sạch)?
voo-i lòg láy cho toi/chóog toi mot ... (shak)

cup/glass
cái chén/cốc *ká-i chén/kók*

fork/knife
chiếc nĩa/con dao *chí-uhk nĩ-a/kon zao*

plate/spoon
cái đĩa/thìa *ká-i dĩ-a/tì-a*

serviette [napkin]
chiếc khăn ăn *chí-uhk kan an*

ashtray
cái gạt tàn *ká-i gat tàn*

I'd like some more ..., please.
Tôi muốn lấy thêm ... *toi móorn láy tem ....*

Nothing more, thanks.
Không cần gì thêm cả. Cám ơn.
kog kàn gì tem kả. Kám urn

Where are the bathrooms [toilets]?
Phòng tắm [nhà vệ sinh] ở đâu?
fòg tám [nà ve shin] ủr doh

Special requirements

I mustn't eat food containing ...
Tôi không ăn được thức ăn có ...
toi kog an dew-urk tóork an kó ...

flour/fat
chất bột/chất béo *chát bot/chát beh-ao*

salt/sugar
muối/đường *móori/dèw-urg*

Do you have meals/drinks for diabetics?
Bạn có đồ ăn/thức uống dành cho người mắc bệnh đái đường không?
ban kó dò an/tóork óorg zàn cho gèw-ur-i mák ben dá-i dèw-urg kog

Do you have vegetarian dishes?
Bạn có món ăn chay không?
ban kó món an chay kog

For the children

Do you have children's portions?
Bạn có khẩu phần cho trẻ em không?
ban kó kỏh fàn cho trẻ em kog

Could we have a child's seat, please?
Chúng tôi muốn một ghế cho trẻ em.
kóog toi móorn mot gé cho trẻ em

Where can I feed the baby?
Tôi có thể cho con tôi bú ở đâu?
toi kó tẻ cho kon toi bóo ủr doh

Where can I change the baby?
Tôi có thể thay quần áo cho con tôi ở đâu?
toi kó tẻ tay kwàn á-o cho kon toi ủr doh

FAST FOOD/CAFÉ

Something to drink

In towns and cities you will see a large variety of fast-food outlets, including many international franchises. These outlets serve the usual burgers, fries, hot dogs, pizzas, etc.

I'd like a cup of …	**Tôi muốn một cốc …** *toi móorn mot kók …*
tea/coffee	**trà/cà phê** *trà/kà fe*
black/with milk	**đen/với sữa** *den/vúr-i shữr-a*
I'd like a … of red/ white wine.	**Tôi muốn một … rượu vang đỏ/trắng** *toi móorn mot … rew-uru vag đỏ/trag*
glass/carafe/bottle	**cốc/bình/chai** *kók/bìn/chai*
Do you have beer?	**Có bia không?** *kó bia kog?*
bottled/draft	**đóng chai/hơi** *dóg chai/hur-i*

And to eat

A piece of …, please.	**Vui lòng cho một miếng …** *voo-i lòg cho mot mí-uhg …*
I'd like two of those.	**Tôi muốn hai miếng loại đó.** *toi móorn hai mí-uhg lwai dó*
I'd like a(n)/some …	**Tôi muốn một/một ít …** *toi móorn mot/mot ít …*
burger	**thịt băm viên** *tit bam vi-uhn*
fries	**thịt rán** *tit rán*
omelet	**trứng tráng** *tróorg trág*
cake	**bánh** *bán*
sandwich	**bánh sandwich** *bán shanwik*
ice cream	**kem** *kem*
vanilla	**vani** *vani*
chocolate	**sôcôla** *shokola*
strawberry	**dâu tây** *zoh tai*
mango	**xoài** *swài*

COMPLAINTS

I don't have a/any	**Tôi không có một/bất kỳ ... nào** *toi kog kó mot/bát kì ... nào*
knife/fork/spoon	**con dao/cái nĩa/chiếc thìa** *kon zao/ká-i nĩ-a/chí-uhk tì-a*
chopsticks	**đôi đũa** *doi dõo-a*
There must be some mistake.	**Chắc phải có nhầm lẫn.** *chák fải kó nàm lãn*
That's not what I ordered.	**Đó không phải là món tôi yêu cầu.** *dó kog fải là món toi i-uhu kòh*
I asked for ...	**Tôi muốn gặp ...** *toi móorn gap ...*
I can't eat this.	**Tôi không thể nuốt được món này.** *toi kog tẻ nóort dew-urk món này*
The meat is ...	**Thịt ...** *tit ...*
overdone/underdone	**quá chín/chưa chín** *kwá chín/kur-a chín*
too tough	**quá dai** *kwá zai*
This is too ...	**Cái này quá...** *Ká-i này kwá...*
bitter/sour	**đắng/chua** *dáng/choo-a*
The food is cold.	**Thức ăn nguội rồi.** *tóork an goori rò-i*
This isn't fresh/clean.	**Đồ không tươi/sạch.** *dò kog tew-ur-i/shak*
How much longer will our food be?	**Còn bao lâu nữa thì thức ăn của chúng tôi mới được mang ra?** *kòn bao loh nữr-a tì tóork an kỏo-a chóog toi múr-i dew-urk mag ra*
We can't wait any longer.	**Chúng tôi không thể chờ thêm nữa.** *chóog toi kog tẻ chòr tem nữr-a*
We're leaving.	**Chúng tôi đi đây.** *chóog toi di day*
I'd like to speak to the head waiter/manager.	**Tôi muốn nói chuyện với bồi bàn trưởng/ người quản lý.** *toi móorn nói choo-in vúr-i bò-i ban trẻw-urg/gèw-ur-i kwản lí*

41

PAYING

Although tipping is becoming more common in some areas, it's officially discouraged. An amount of 10% (VAT) is added to the bill in upscale establishments.

I'd like to pay.	**Tôi muốn thanh toán.** *toi móorn tan twán*
The bill, please.	**Vui lòng cho xem hóa đơn.** *voo-i lòg cho sem hwá durn*
We'd like to pay separately.	**Chúng tôi muốn trả riêng.** *chóog toi móorn trả ri-uhg*
It's all together.	**Tất cả lại với nhau.** *tát kả lai vúr-i na-oo*
I think there's a mistake in this bill.	**Tôi nghĩ có sai sót trong hóa đơn này.** *toi gĩ kó shai shót trog hwá durn này*
What's this amount for?	**Số tiền này là cho cái gì?** *shó tì-uhn này là cho ká-i gì*
I didn't have that. I had …	**Tôi không dùng cái đó. Tôi đã dùng …** *toi kog zòog ká-i dó. Toi dã zòog...*
Is service included?	**Có bao gồm dịch vụ không?** *kó bao gòm zik voo kog*
Can I pay with this credit card?	**Tôi có thể trả bằng thẻ tín dụng này không?** *toi kó tẻ trả bàg tẻ tín zoog này kog*
I've forgotten my wallet.	**Tôi quên ví của mình rồi.** *toi kwein ví kỏo-a mìn ròi*
I don't have enough money.	**Tôi không có đủ tiền.** *toi kog kó dỏo tì-uhn*
Could I have a receipt, please?	**Vui lòng cho tôi biên lai?** *voo-i lòg cho toi bi-uhn lai*
That was a very good meal.	**Bữa ăn rất ngon.** *bũr-a an rát gon*

COURSE BY COURSE

Breakfast

In almost every hotel in Vietnam, Western tourists are usually served the European/American-style breakfast. This consists of eggs, toast, butter, jam, and coffee or tea. If you want to try a Vietnamese breakfast – porridge, buns and noodles – you will have to make it clear to the waiter/waitress.

I'd like …	**Tôi muốn …** *toi móorn …*
bread/butter	**bánh mì/bơ** *bán mi/bur*
a boiled egg	**trứng luộc** *tróorg loork*
fried eggs/scrambled eggs	**trứng rán/trứng bác** *tróorg rán/tróorg bák*
fruit juice	**nước hoa quả** *new-úrk hwa kwả*
orange/grapefruit	**cam/bưởi** *kam/bẻw-ur-i*
honey/jam	**mật ong/mứt** *mat og/móort*
milk	**sữa** *sữr-a*
rolls	**bánh mì nhỏ** *bán mì nỏ*
toast	**bánh mì nướng** *bán mì néw-urg*

Appetizers/Starters

The concept of appetizer/starter is still new to Vietnam. The option is available and it usually only caters to Western travelers.

món thịt quay (nướng). Ăn nguội *mon tit kway (néw-urg). an goori.*
Roast meat combination platter. Served cold.

xà lách trộn tôm hùm *sà lák tron tom hòom* Lobster salad.

xà lách trộn tôm *sà lák tron tom* Shrimp [prawn] salad.

Soups

At banquets or set meals, different soups will be served over the spread of the entire meal. The main soup is often served at the beginning of the meal.

canh rau thịt	*kan ra-oo tit*	meat and vegetable broth
canh gà rượu vàng	*kan gà rew-uru vàg*	chicken broth with sherry
canh tỏi	*kan tỏi*	garlic soup
canh hành	*kan hàn*	onion soup
xúp mì	*sóop mì*	noodle soup
canh hải sản	*kan hả-i shản*	seafood soup
canh cá	*kan ká*	fish soup
canh rau	*kan ra-oo*	vegetable soup

xúp ngô với thịt cua/gà/tôm *soop go vur-i tit koo-a/ga/tom* Crabmeat/chicken/shrimp and corn soup.

canh măng *kan mag* Bamboo sprout soup.

xúp bào ngư, nấm và thịt heo *sóop bào goor, nám và tit heh-ao* Abalone, mushroom, and pork soup.

Poultry

Chicken, duck, goose and pigeon are used in a great variety of forms, either as main dishes or for flavoring.

vịt	*vit*	duck
gà tây	*gà tay*	turkey
gà	*gà*	chicken
ngan	*gan*	goose
chim cút	*chim kóot*	quail
chim bồ câu	*chim bò koh*	pigeon

gà quay hoặc nướng *gà kway hwak néw-urg* Roast or grilled chicken.

lòng ruột gà hoặc vịt *lòg roort gà hwak vit* Inner organs of chicken and duck.

vịt quay *vit kway* Roast duck.

Fish and seafood

cá chép/trắm cỏ	*ká chép/trám kỏ*	grass carp
cá trê	*ká tre*	catfish
cá mú	*ká móo*	sea bass
cá trích	*ká trík*	herring
cá bơn	*ká burn*	sole
cá thu	*ká too*	mackerel/codfish
cá chỉ vàng đỏ	*ká chỉ vàg dỏ*	red snapper
cá ngừ	*ká gòor*	tuna
cá tuyết	*ká too-yít*	cod
cá cơm	*ká kurm*	whitebait
con hàu	*kon hà-oo*	oysters
con trai	*kon trai*	clams
bào ngư	*bà-o goor*	abalone
sò	*shò*	scallops
mực ống	*moork óg*	baby squid
tôm	*tom*	shrimp
tôm sú	*tom shóo*	large shrimp [prawns]
tôm hùm	*tom hòom*	lobster
con trai	*kon trai*	mussels
bạch tuộc/mực phủ	*bak toork/moork fỏo*	octopus
cá hồi	*ká hò-i*	trout

tôm rán hoặc tôm kho *tom rán hwak tom ko*
Fried or braised shrimp.

Cá kho *ká ko* Braised fish.

Cá kho/cá om *Ká ko/ka om*
Whole fish braised with fish sauce, pepper, chili, seasoning, spring onions and ginger/garlic.

Cá rán chua ngọt *ká rán choo-a got* Sweet and sour fried fish.

Meat

Pork is the most popular meat served in Vietnam and every part of it is consumed (skin, feet, ears, etc.). Beef and veal are widely available throughout the country. Dog meat has gained popularity in North Vietnam while field-mouse meat is a favorite amongst the people in the South (both are considered to be specialties).

thịt bò	tit bò	beef
thịt chuột đồng	tit choort dòg	field-mouse meat
thịt lợn	tit lurn	pork
thịt mông/đùi	tit mog/dòo-i	ham
thịt lợn xông khói	tit lurn sog kói	bacon
thịt bê	tit be	veal
thịt chó	tit chó	dog meat
chim câu	chim koh	spring pigeon
thịt lát	tit lát	steak
gan	gan	liver
cật/bầu dục	kat/bòh zook	kidneys
dồi/lạp xưởng	zòi/lap sêw-urg	sausages

Cuts of Meat

khúc thịt/khúc cá	kóok tit/kóok ká	fillet steak
lát thăn bò	lát tan bò	sirloin steak
lát mông bò	lát mog bò	rump steak
phần xương chữ T	fàn sew-urg chõor te	T-bone steak
sườn	shêw-urn	chops
côtlet	kotlet	cutlet

sườn lợn chua ngọt *shêw-urn lurn choo-a got*
Sweet and sour spareribs.

sườn lợn nướng *shêw-urn lurn néw-urg* Barbecued spareribs.

thịt hầm *tit hàm* Casserole.

thịt viên *tit vi-uhn* Meatball.

thịt bò cuốn với rau sống *tịt bò kóorn vúr-i ra-oo shóg*
Beef fillets with green vegetables.

bò áp chảo *bò áp chả-o* Sautéed beef.

Vegetables

Vegetables are one of the main ingredients in Vietnamese cuisine. Some are eaten raw and some cooked; the ways in which they are cooked and/or served varies throughout the country.

cải bắp	*kải báp*	cabbage
hành tây	*hàn tay*	onion
đậu	*doh*	peas
đậu xanh	*doh san*	green beans
cà	*kà*	eggplant [aubergine]
rau diếp	*ra-oo zí-uhp*	lettuce
khoai tây	*kwai tai*	potatoes
ớt Đà Lạt	*úrt da lat*	sweet red peppers
nấm	*nám*	mushrooms
cà rốt	*kà rót*	carrots
rau bí	*ra-oo bí*	pumpkin buds
rau muống	*ra-oo móorg*	spinach/ water morning glory
giá	*zá*	bean sprouts
cải xanh	*kả-i san*	broccoli
cần tây	*kàn tay*	celery
dưa chuột	*zur-a choort*	cucumber
cà chua	*kà choo-a*	tomato
măng tây	*mag tay*	asparagus
măng	*mag*	bamboo shoots
cải xoong	*kả-i so-og*	watercress
đậu Hà Lan	*doh ha lan*	snow peas [mangetout]

đồ ăn chay *dò an chay*
A vegetarian dish that is a favorite of monks, it contains a variety of stir fried vegetables and bean curd

rau *ra-oo* Vegetables.

Salads

Salad isn't part of traditional Vietnamese cuisine. However, in Western-style restaurants, you will be able to find a variety of salads and dressings.

Eggs

Eggs are usually stir fried, steamed or boiled. They are often cooked with meat or vegetables.

trứng rán *tróorg rán* Fried egg.

trứng luộc/trứng luộc lòng đào *tróorg loork/tróorg loork lòg dà-o* Boiled egg/soft-boiled egg.

trứng ốp lếp *tróorg óp lép* Omelet.

Tofu

Tofu is made from soy bean puree and has the texture of firm custard. It is a great source of protein and has a neutral taste that absorbs the flavor of the food it was cooked with. There are two main types of tofu: the coarser type, more suitable for frying, and the silken type, which is better as an ingredient in soups.

đậu phụ rán/luộc *doh foo rán/loork* Fried/boiled tofu.

đậu phụ nhồi thịt *doh foo nò-i tit* Tofu stuffed with meat inside.

Rice

Rice is the staple food of Vietnam and has various names, depending on the type of grain and the way it was prepared. Cooked rice is **cơm** *kur-im;* glutinous rice is **gạo nếp** *gao néip*; and rice porridge, or gruel, is **cháo** *cháo*.

cơm trắng *kurm trág* White rice.

cơm chiên/cơm rang *kurm chi-uhn/kurm rag* Fried rice with eggs, onions, garlic, pepper, and bits of pork/shrimp/chinese sausage.

cháo nóng *chá-o nóg* Hot rice porridge
Hot rice porridge with pork and onions.

Noodles

Noodles are made from wheat or rice flour. They are traditionally seen as a symbol of longevity because of their length.

mì xào (thịt, hải sản, rau) *mì sà-o (tit, ha²i shản, ra-oo)*
Stir-fried noodles with meat, seafood, or vegetables.

phở/bún (bò, ga) *fửr/bóon (bò, ga)*
Noodles/soft noodles served with beef, chicken, etc.

Dessert

Instead of sweets or cakes, the Vietnamese usually finish their meal with fruit. In general, sweets are eaten as snacks and are seldom available in restaurants. However, some upscale restaurants have added ice cream to their menus and a typical dessert can usually be found in Western-style hotels.

đào	*an dào*	cherries
mận	*man*	plum
dâu tây	*zoh tai*	strawberries
lựu	*lur-ew*	pomegranate
táo	*táo*	apple
đào	*dao*	peach
cam	*kam*	orange
chuối	*chóori*	banana
bưởi	*bẻw-ur-i*	grapefruit
nho	*no*	grapes
dưa bở	*zur-a bửr*	honeydew melon
vải	*vả-i*	lychees
nhãn	*nãn*	longans*
xoài	*swài*	mango
lê	*le*	pear
dứa	*zứr-a*	pineapple
khế	*ké*	star fruit
quýt	*kwít*	tangerine
mơ	*mur*	apricot

* a fruit that looks like a smaller variant of lychee

Cheese

Cheese is not part of traditional Vietnamese cuisine. However, you will find it in Western-style hotels and supermarkets.

DRINKS

Drinks vary in taste and strength. You can find Western-made wines as well as Vietnamese traditional wines, which are more potent than the usual offerings. Hotels usually serve Western wines but Vietnamese wines can be served upon request.

Beer

Beer is the second most popular drink after tea. The local beers are relatively affordable and refreshing. Hanoi and Huda beers are the most popular beers in Northern and Central Vietnam, while Saigon beer is the favorite in the South. On better menus you'll also find some of the best beers from Asia, Australia and Europe.

beer	**bia**	*bia*
bottled/draft	**chai/hơi**	*chai/hur-i*

Wine

Each region has its own wine or liquor, often very strong, fermented from local fruits or rice. There are many rice wines which are usually colorless and often very potent.

red (grape) wine	**rượu vang đỏ**	*rew-uru vag dỏ*
white (grape) wine	**rượu vang trắng**	*rew-uru vag trág*
rice wine	**rượu gạo**	*rew-uru gao*

Spirits and liqueurs

Vietnamese brandies also display regional variations. They are potent and emit a strong scent.

whisky	**whisky**	*whisky*
gin/vodka	**gin/vodka**	*gin/vótka*
with water/soda	**với nước/xô-đa**	*vúr-i new-úrk/so-da*
straight [neat]/on the rocks	**nguyên chất/pha**	*goo-in chát/fa*
single/double	**đơn/đôi**	*durn/doi*
glass/bottle	**cốc/chai**	*kók/chai*

Tea and coffee

Green tea is the most popular tea served in Vietnam and can be served hot or cold. Besides Vietnamese tea, you can also find other varieties from China, India or Great Britain.

Coffee is not as popular but can be found in snack bars and Western-style restaurants. Instant coffee can be bought in supermarkets.

tea	**trà**	*trà*
coffee	**cà phê**	*kà fe*
black/with milk	**đen/với sữa**	*den/vur-i shũr-a*
iced coffee	**cà phê đá**	*kà fe dá*
green tea	**trà xanh**	*trà san*
black tea	**trà đen**	*trà den*
jasmine tea	**trà hoa nhài**	*trà hwa nà-i*
iced green tea	**trà đá**	*trà dá*

Other drinks

Familiar brands of soft drinks, either genuine versions or imitations, are cheap and widely available. You can also find a variety of tropical fruit juices. Fresh milk is available in almost every market/supermarket and you can buy imported milk at Western-style supermarkets.

fruit juice	**nước hoa quả**	*new-úrk hwa kwả*
orange juice	**nước cam**	*new-úrk kam*
lemonade	**nước chanh**	*new-úrk chan*
Coca-Cola	**Coca-Cola**	*coka-cola*
Seven-Up	**Seven-Up**	*seven-up*
soda water	**nước xô-đa**	*new-úrk so-da*
Pepsi	**Pepsi**	*pepsi*
coconut milk	**nước dừa**	*new-úrk zùr-a*

MENU READER

This Menu Reader gives listings under main food headings. Vietnamese characters are shown in large type. This is to help you to identify the basic ingredients making up a dish in a Vietnamese menu without English translations.

MEAT, FISH, AND POULTRY

thịt	*tit*	meat (general)
thịt bò	*tit bò*	beef
thịt lợn/thịt heo	*tit lurn/tit heh-ao*	pork
thịt bê	*tit be*	veal
chó*	*chó*	dog
gà	*gà*	chicken
vịt	*vit*	duck
ngan	*gan*	goose
young pigeon	*bò koh non*	young pigeon
cá	*ká*	fish (general)
hải sản	*hả-i shản*	seafood (general)
lươn	*lew-urn*	eel
rắn*	*rúrn*	snake
trứng	*tróorg*	eggs (general)

* Considered a specialty in Vietnam and not always presented in a menu that is typical of Western cuisine.

rau	*rau*	vegetable(s)
măng tây	*mag tay*	asparagus
măng	*mag*	bamboo shoots
đậu	*doh*	beans
giá	*zá*	bean sprouts
cải xanh	*kả-i san*	broccoli
cải bắp	*kả-i báp*	cabbage
cần tây	*kàn tay*	celery
dưa chuột	*zur-a choort*	cucumber
cà [cà tím]	*kà [kà tím]*	eggplant [aubergine]
nấm	*nám*	mushrooms
ớt (xanh)	*ủrt (san)*	peppers (green)
đậu Hà Lan	*doh-u hà lan*	snow peas [mangetout]
rau muống	*ra-oo móorg*	spinach/ water morning glory
hành tươi	*hàn tew-ur-i*	spring onions
cà chua	*kà choo-a*	tomatoes
rau cải xoong	*ra-oo kả-i so-og*	watercress

hoa quả	hwa kwả	fruit (general)
táo	tá-o	apple
chuối	chóor-i	banana
nho	no	grapes
dưa	zew-ur	melon
quả bưởi	kwa bẻw-uri	grapefruit
nhãn	nãn	longan *a fruit that looks like a smaller variant of lychee*
vải	vả-i	lychees
xoài	swài	mango
cam	kam	orange
đào	dà-oo	peach
lê	le	pear
dứa	zéw-ur	pineapple
mận	man	plum
dâu tây	dâu tây	strawberries
dưa hấu	zew-ur hó-uh	watermelon
ổi	ỏ-i	guava
mít	mít	jack-fruit

STAPLES: BREAD, RICE, NOODLES, ETC.

bánh mì	*bán mì*	bread
gạo	*ga-oo*	rice
cháo	*chá-o*	rice porridge
bánh bao	*bán bao*	dumplings
mì sợi/bánh đa	*mì shur-i/bán da*	rice noodles
mì sợi*	*mì shur-i**	wheat noodles
mì sợi*	*mì shur-i**	egg noodles

* There is no distinction between wheat noodles and egg noodles in
Vietnam.

BASICS

muối	*móori*	salt
tiêu	*ti-yoh*	pepper
xì dầu	*sì dòh*	soy (sauce)
tương	*tew-urg*	soybean paste
nước mắm	*néw-urk mám*	fish sauce
ớt	*ửrt*	chili
gia vị	*za vi*	seasoning

BASIC COOKING STYLES

hấp	*háp*	steamed
xào	*sà-o*	stir-fried
rán, chiên	*rán, chi-uhn*	fried/deep-fried
luộc	*loork*	boiled
hầm, ninh	*hàm, nin*	stewed
om	*om*	braised
nướng	*néw-urg*	grilled
nướng	*néw-urg*	baked
nướng, quay	*néw-urg, kwai*	roasted
nướng	*néw-urg*	barbecued

thịt luộc/thịt lợn hoặc/thịt gà luộc	*tit loork/tit lurn hwak tit gà loork*	boiled meat/ pork/chicken
nem rán	*nem rán*	fried meat roll
nem cuốn	*nem kóorn*	spring roll
canh măng thịt lợn, ngan hoặc` thịt ga	*kan mag tit lurn, gan hwak tit gà*	bamboo shoot soup with pork, goose or chicken
cải chua	*kả-i choo-a*	sour vegetables
thịt lợn chua ngọt	*tit lurn choo-a got*	sweet and sour pork
giò lụa	*zò loo-a*	lean pork paste
rau luộc	*ra-oo loork*	boiled vegetable
phở (bo/gà)	*fửr (bò, gà)*	noodles served with beef/chicken
món ca ri	*món kà ri*	curry
bánh chưng/	*bán choorg/*	square glutinous rice
bánh giày	*bán zày*	cake/rice pie
rau sống	*ra-oo shóg*	raw vegetables

This dish contains many different types of vegetables that are meant to be eaten raw.

nước mắm	*new-úrk mám*	fish sauce

NOODLES, RICE, BREADS, ETC.

cơm trắng	*kurm trág*	cooked white rice
cơm chiên/ cơm rang	*kurm chi-uhn, kurm rag*	fried rice
cơm tám	*kurm tám*	hulled rice
gạo nếp	*gao nép*	glutinous rice *sticky, short grain rice*
mì sợi	*mì shur-i*	wheat/cellophane noodles
mì sợi/bánh đa	*mì shur-i/bán da*	rice noodles
bún	*bóon*	soft noodles
bánh mì rán	*bán mì rán*	fried breadsticks
bánh bao hấp	*bán bao háp*	steamed buns
bánh mì cuộn hấp hoặc ránh	*bán mì koorn háp hwak rán*	steamed or fried bread rolls
bánh ngọt giòn	*bán got zòn*	crusty pastry

DRINKS

sữa	*shũr-a*	milk
cà phê	*kà fe*	coffee
cà phê đá	*kà fe dá*	iced coffee
trà xanh	*trà san*	green tea
trà đen	*trà den*	black tea*

*"Black" tea is called "red" tea in Vietnamese.

trà hoa nhài	*trà hwa nà-i*	jasmine tea
trà đá	*trà dá*	iced green tea
rượu vang đỏ	*rew-uru vag dỏ*	red (grape) wine
rượu vang trắng	*rew-uru vag trág*	white (grape) wine
whisky	*whisky*	whisky
bia	*bi-a*	beer
bia hơi	*bi-a hur-i*	draft beer
rượu gạo	*rew-uru gao*	rice wine
rượu thuốc	*rew-uru tóork*	medical wine

A type of wine with plants or animals immersed in it. Some of them are believed to contain medicinal properties and are consumed for health purposes.

nước	*new-úrk*	water
nước khoáng	*new-úrk kwág*	mineral water
nước pha trà	*new-úrk fa trà*	hot water for making tea
nước ép	*new-úrk ép*	(fruit) juice
nước cam	*new-úrk kam*	orange juice
nước bưởi	*new-úrk bew-ử-i*	grapefruit juice
nước chanh	*new-úrk chan*	lemonade
Coca-Cola	*coka-cola*	Coca-Cola
Seven-Up	*seven-up*	Seven-Up
Pepsi	*pepsi*	Pepsi
nước xô-đa	*new-úrk so da*	tonic water
nước dừa	*new-úrk dùr-a*	coconut milk

SNACKS*

Khoai tây rán	*kwai tay rán*	French fries [chips]
thịt băm viên	*tit bam vi-uhn*	hamburger
bánh quy	*bán kwi*	cookies [biscuits]
bánh ngọt	*bán got*	cake
bánh sandwich	*bán sandwich*	sandwich
khoai tây rán	*kwai tay rán*	potato chips [crisps]
đậu phộng/lạc	*doh fog/lak*	peanuts
sôcôla	*shokola*	chocolate
xúc xích	*sóok sík*	hot dog
bánh bao luộc	*bán bao loork*	boiled dumplings
nhiều hương vị	*nì-yoh hew-urg vi*	with a variety of fillings
bánh kếp	*bán kép*	spring rolls

pancake rolls filled with pork, shrimp, and vegetables.

*In Vietnam, the concept of 'snack' was just recently introduced, except for the well loved chocolates and cookies. That's why most snacks are served in western restaurants in big cities like Ha Noi or Ho Chi Minh city.

SOUPS/SOUP-BASED DISHES

canh gà với ngô	*kan gà vur-i go*	chicken and sweet corn soup
canh nóng	*kan nóg*	hot soup
canh nấu với thịt	*kan nóh vur-i*	assorted meat soup
hỗn hợp	*tit hõn hurp*	served in a gourd
canh rau	*kan ra-oo*	vegetable soup
canh yến	*kan í-uhn*	swallow's nest soup
canh hải sản	*kan hả-i shản*	seafood soup
canh nấm với	*kan nám vúr-i*	chicken/pork and
thịt gà/lợn	*tit gà/lurn*	mushroom soup

DAIRY PRODUCTS AND SOY PRODUCTS

phó mát	*fó mát*	cheese
sữa chua	*sữr-a koo-a*	yogurt
kem	*kem*	cream
bơ	*bo*	butter
sữa	*sữr-a*	milk
đậu phụ	*doh foo*	tofu
sữa đậu nành	*sữr-a doh nàn*	soy milk, usually sweetened
sữa đặc	*sữr-a dak*	condensed milk

DAIRY PRODUCTS AND SOY PRODUCTS (CONTINUED)

sữa không kem	*sữr-a kog kem*	skim milk
sữa bột	*sữr-a bot*	powdered milk
bơ thực vật	*bo toork vat*	margarine
sữa chua đông lạnh	*shữr-a koo-a dog lan*	frozen yogurt

DESSERTS

kem	*kem*	ice cream
bánh xốp	*bán sóp*	sponge cake
hoa quả	*hwa kwả*	fruit (general)
bánh putđinh	*bán póotdin*	mango pudding
bánh mì nướng kiểu Pháp	*bán mì néw-urg kỉ-yoh Fáp*	French toast
bánh kếp	*bán kép*	pancakes
bánh nóng	*bán nóg*	hot cakes
bánh hoa quả trứng	*bán hwa qwả tróorg*	custard tarts

available at cafes, bakeries, and restaurants.

TRAVEL

The public transportation system in Vietnam is still under development. In some major cities, bus services are relatively efficient and extensive. Tourists are highly advised against using rental cars due to the language barrier.

SAFETY

Would you accompany me …?	**Bạn muốn đi cùng tôi … không?** *Ban móorn di kòng toi … kog?*
to the bus stop	**đến bến xe buýt** *dén bén se boo-ít*
to my hotel	**đến khách sạn của tôi** *dén kák shan kỏo-a toi*
I don't want to …	**Tôi không muốn** *Toi kog móorn*
on my own.	**một mình** *mot mìn*
stay here	**ở đây** *ử dai*
walk home	**về nhà** *vè nà*
I don't feel safe here.	**ở đây, tôi không cảm thấy an toàn.** *ử dai, toi kog kảm táy an twàn.*

64

ARRIVAL

Most foreigners require a visa to enter Vietnam, except for those coming from Asian countries. Visas obtained outside Vietnam are generally valid for a 30-day stay. If you want to stay longer, you have to contact the Vietnamese embassy. It is best to get the visa in advance, at least 30 days before you intend going to Vietnam.

There are a few things to take note of when traveling in Vietnam.

It is always good to pay particular attention to the arrival and departure date as well as the entry and exit point. It is usually fine if you just intend to visit Ho Chi Minh via Ha Noi or vice versa. However, if you are traveling through Vietnam via other entry point, you should clarify your travel plans with the local authority to avoid custom related problems.

Passport control

We have a joint passport.	**Chúng tôi có hộ chiếu chung.** *chóog toi kó ho chí-yoh chug*
The children are on this passport.	**Trẻ em đều có trong hộ chiếu này.** *trẻ em dèw kó trog ho chí-yoh này*
I'm here on vacation [holiday]/ business.	**Tôi đến đây để nghỉ mát/kinh doanh.** *toi dén day dể gỉ mát/kin zwan*
I'm just passing through.	**Tôi chỉ đi ngang qua.** *toi chỉ di gag kwa*
I'm going to …	**Tôi đang đi… *** *toi dag di… **
I'm …	**Tôi đi… *** *toi di… **
on my own	**một mình** *mot mìn*
with my family	**với gia đình tôi** *vúr-i za dìn toi*
with a group	**theo nhóm** *teh-ao nóm*

* Used in conjuction with only "on my own", "with my family" or "with a group". It has other meanings when used otherwise.

Customs

I have only the normal allowances.	**Tôi chỉ có những thứ được phép thông thường.** *toi chỉ kó nõorg tóor dew-urk fép tog tèw-urg*
It's a gift.	**Đó là quà tặng.** *dó là kwà tag*

It's for my personal use.	**Đó là cho mục đích sử dụng cá nhân.**
	dó là cho muk dík shôor zug ká nan
I would like to declare …	**Tôi muốn khai…** *toi móorg kai...*
I don't understand.	**Tôi không hiểu.** *toi kog hỉ-yoh*
Does anyone here speak English?	**Có ai ở đây biết tiếng Anh không?**
	kó ai ử day bí-uht tí-uhg an kog

Duty-free shopping

What currency is this in?	**Cái này tính theo tiền gì?**
	Kái này tín teh-ao tì-uhn gì?
Can I pay in …?	**Tôi có thể trả bằng tiền … không?**
	Toi kó tẻ trả bàg tì-uhn ... kog?
dollars	**đôla** *dola*
pounds	**bảng Anh** *bảg an*
vietnam dong	**đồng Việt Nam** *dòg Vi-uht Nam*

YOU MAY HEAR

Og kó gì kàn kai kog?	Do you have anything to declare?
Og fải trả tóo-ei cho ká-i này.	You must pay duty on this.
Og moo-a ká-i này ử doh?	Where did you buy this?
Voo-i lòg mửr tóo-i này ra.	Please open this bag.
Og kó hàn lí nào nữ-a kog?	Do you have any more luggage?

YOU MAY SEE

kiểm soát hộ chiếu	passport control
đường biên giới	border crossing
hải quan	customs
không có gì cần khai	nothing to declare
hàng hóa cần khai	goods to declare
hàng hóa miễn thuế	duty-free goods

PLANE

There are airports in Ha Noi, Ho Chi Minh, Da Nang, Hue, Quy Nhon and Dien Bien. The national air carriers are Vietnam Airlines and Pacific Airlines.

Tickets and reservations

When is the … flight to … Da Nang?	**Khi nào có chuyến bay … đến Đà Nẵng?** *ki nà-o kó choo-ín bay … dén Dà Nãg*
first/next/last	**đầu tiên/tiếp theo/cuối cùng** *dòh ti-uhn/tí-uhp teh-ao/kóori kùg*
I'd like 2 … tickets to … Quy Nhon.	**Tôi muốn 2 vé … đến Quy Nhơn.** *toi móorn ha-i vé … dén Kwi Nurn*
one-way [single]	**một chiều** *mot chì-yoh*
round-trip [return]	**khứ hồi** *kóor hò-i*
first class	**hạng nhất** *hag nát*
business class	**hạng doanh nhân** *hag zwan nan*
economy class	**hạng phổ thông** *hag fỏ tog*
How much is a flight to …?	**Chuyến bay đến … giá bao nhiêu?** *chóo-in bay dén … zá bao ni-yoh*
Are there any supplements/ discounts?	**Có bất kỳ khoản phụ/giảm giá nào không?** *kó bát kì kwản fu/zảm zá nà-o kog*
I'd like to … my reservation for flight number 154.	**Tôi muốn … vé chuyến bay số 154.** *toi móorn … vé chóo-in bay shó mot nam bón*
cancel	**hủy** *hỏo-i*
change	**thay đổi** *tay dỏ-i*
confirm	**xác nhận** *sák nan*

Inquiries about the flight

What time does the plane leave?	**Máy bay cất cánh lúc mấy giờ?** *máy bay kát kán lóok máy jùr*
What time will we arrive?	**Chúng ta sẽ đến nơi lúc mấy giờ?** *chóog ta shẽ dén nur-i lóok máy jùr*
What time do I have to check in?	**Tôi phải đăng ký lúc mấy giờ?** *toi fải dag kí lóok máy jùr*

Checking in

Where is the check-in desk for flight …?
Bàn đăng ký chuyến bay ở đâu?
ban dag kí chóo-in bay ủr doh

I have three suitcases to check in
Tôi có ba gói cần đăng ký
toi kó ba gó-i kàn dag kí

two pieces of hand luggage
hai gói hành lý xách tay
hai gó-i hàn lí sák tay

Information

Is there any delay on flight …?
Có trễ máy bay chuyến … không?
Kó trẽ máy bay choo-ín … kog

How late will it be?
Nó sẽ trễ bao lâu? *nó shẽ trẽ bao loh*

Has the flight from … landed?
Chuyến bay từ … đã hạ cánh chưa?
choo-ín bay tòor … dã ha kán kur-a

Which gate does flight … leave from?
Chuyến bay … rời đi từ cổng nào?
choo-ín bay … rùr-i di tòor kổg nà-o

Boarding/In-flight

Your boarding pass, please.
Vui lòng cho xem thẻ lên máy bay của bạn.
voo-i lòg cho sem tẻ len máy bay kỏo-a ban

Could I have a drink/something to eat?
Vui lòng cho tôi đồ uống/thứ gì để ăn.
voo-i lòg cho toi dò óorg/tóor gì dẻ an

Please wake me for the meal.
Vui lòng đánh thức tôi khi đến bữa ăn.
voo-i lòg dán tóork toi ki dén bữr-a an

What time will we arrive?
Chúng ta sẽ đến lúc mấy giờ?
chóog ta shẽ dén lóok máy jùr

An air sickness bag, please.
Xin cho tôi túi để nôn.
sin cho toi tóo-i dẻ non

YOU MAY SEE

đến	arrivals
đi	departures
kiểm tra an ninh	security check
Hãy để ý đến những túi xách.	do not leave luggage unattended

YOU MAY HEAR

Voo-i lòg cho sem vé/ho chí-yoh.	Your ticket/passport, please.
Ban móorn gò-i gàn kủr-a shỏ hay ủr jũr-a kák ló-i di?	Would you like a window or an aisle seat?
Hóot tóork hay kog hóot tóork?	Smoking or non-smoking?
Voo-i lòg di kwa fòg chùr kủr-i hàn.	Please go through to the departure lounge.
Hàn lí kỏo-a ban gòm bao ni-yoh fàn?	How many pieces of luggage do you have?
Hán lí kỏo-a ban kwá kan.	You have excess luggage.
Ban fải trả tem mot kwàn fu là … dola.	You'll have to pay a supplement of … dollars.
Hàn lí sák tay kwá nag/lúrn.	That's too heavy/large for hand luggage.
Ban toor mìn dóg gói nõorg tóo-i này?	Did you pack these bags yourself?
Chóog kó gòm bát kì hàg di-uhn tỏor hwak vat shák non kog?	Do they contain any sharp or electronic items?

Arrival

Where is/are(the) …?	**… ở đâu?**	… ủr doh?
buses	**xe buýt**	se boo-ít
car rental [hire]	**nơi thuê xe**	nur-i too-ei se
currency exchange	**nơi đổi tiền**	nur-i dỏ-i tì-uhn
exit	**lối ra**	ló-i ra
taxis	**xe tắc xi**	se ták si

Is there a bus into town?	**Có xe buýt vào thành phố không?** *kó se boo-ít và-o tàn fó kog*
How do I get to the … hotel?	**Tôi đến khách sạn … như thế nào?** *toi dén kák shan … noor té nà-o*

Luggage/Baggage

It is not obligatory to tip porters, but in practice, airport porters expect between VND 3,000 - 5,000 per bag.

69

Could you take my luggage to …?	**Vui lòng đem hành lý của tôi ra …?** *voo-i lòg dem hàn lí kỏo-a toi ra …*
a taxi/bus	**xe tắc xi/buýt** *se ták si/boo-ít*
Where is/are (the) …?	**… ở đâu?** *… ửr doh*
baggage carts [trolleys]	**xe đẩy** *se dẩy*
luggage lockers	**tủ khóa hành lý** *tỏo kwá hàn lí*
baggage check [left-luggage office]	**biên nhận hành lý** *bi-uhn nan hàn lí*
baggage reclaim	**lấy lại hành lý** *láy lạ-i hàn lí*
Where is the luggage from flight …?	**Hành lý chuyến bay … lấy ở đâu?** *hàn lí choo-ín bay … láy ửr doh*

Loss, damage and theft

I've lost my baggage.	**Tôi đánh mất hành lý của mình.** *toi dán mát hàn lí kỏo-a mìn*
My baggage has been stolen.	**Hành lý của tôi bị lấy trộm.** *hàn lí kỏo-a toi bi láy trom*
My suitcase was damaged.	**Va-li của tôi bị hỏng.** *va-li kỏo-a toi bi hỏg*
Our luggage has not arrived.	**Va-li của tôi chưa đến.** *va-li kỏo-a toi chur-a dén*

YOU MAY HEAR

Hàn lí koo-a ban trog noor té nà-o?	What does your baggage look like?
Ban kó tẻ láy hàn lí kog?	Do you have the claim ticket [reclaim tag]?
Hàn lí kỏo-a ban...	Your luggage …
kó tẻ dã dew-urk gửr-i dén...	may have been sent to …
hom nay ko tẻ dén trẻ	may arrive later today.
Voo-i lòg kway lạ-i trog gày mai.	Please come back tomorrow.
Sin goi shó này dẻ kỉ-uhm tra hàn li dã dén chur-a.	Call this number to check if your luggage has arrived.

TRAIN

The Vietnamese railway system serves all major cities and tourist centers. The trains travel at a relatively slow average speed but there are express trains available for those willing to spend extra cash.

Vietnamese trains do not have different seat classes; instead, the two main categories are hard seats/sleepers, and soft seats/sleepers. Food and tea are often sold on the trains, and if the train journey takes more than 12 hours, there will usually be a dining car.

Hard seat car. The seats provided are padded, but this form of travel can be catastrophic for the unsuspecting traveler since it is often noisy and crowded. This seating is not recommended for journeys that will last more than a day.

Hard sleeping car. Generally comfortable since each car is limited to a small number of passengers. Blankets and pillows are provided. The best bunk is the middle one since the lowest one usually doubles up as a seat during the day. Can be hot and stuffy due to smoking passengers. Lights and speakers are switched off between 9:00 and 10:00 p.m.

Note: It is difficult to obtain the tickets for sleepers on short notice, so it is recommended to reserve a place in advance.

Soft seat car. Comfortable since overcrowding is not permitted. Smoking is also prohibited. Soft seats are about the same price as a hard sleeper.

Soft sleeping car. Four comfortable bunks in a closed compartment, often with air conditioning. Soft sleepers cost nearly as much as flying (on some routes, even more). Recently, the demand for soft sleepers has increased. Once again, book early to avoid disappointment.

To the station

How do I get to the train station?	**Tôi đến nhà ga bằng cách nào?** *toi dén nà ga bàg kák nào*
Do trains to Hai Phong leave from … Station?	**Tàu đến Hải Phòng rời đi từ ga … phải không?** *tà-oo dén Hả-i Fòg rùr-i di tòor ga … fả-i kog*
How far is it?	**Bao xa?** *bao sa*
Can I leave my car there?	**Tôi có thể để xe mình ở đây không?** *toi kó tẻ dể se mìn ửr day kog*

At the station

Where is/are (the) …?	**… ở đâu?** *… ửr doh*
currency exchange office	**nơi đổi tiền** *nur-i dỗ-i tì-uhn*
information desk	**ban thông tin** *ban tog tin*
baggage check [left-luggage office]	**biên nhận hành lý** *bi-uhn nan hàn lí*
lost-and-found [lost property office]	**phòng lưu giữ tài sản mất cấp** *fòg lur-ew jõor tà-i shản mát káp*
luggage lockers	**tủ khóa hành lý** *tỏa kwá hàn lí*
platforms	**sân ga** *shan ga*
snack bar	**quán điểm tâm** *kwán dỉ-uhm tam*
ticket office	**phòng vé** *fòg vé*
waiting room	**phòng chờ** *fòg kùr*

YOU MAY SEE

lối vào	entrance
lối ra	exit
đến sân ga	to the platforms
thông tin	information
đặt vé	reservations
đến	arrivals
đi	departures

Tickets and reservations

In Vietnam, the purchase of a hard-seat ticket on short notice is not difficult but buying a ticket for a sleeper can be problematic. If you failed to obtain a ticket from the train station, you need to procure the services of a travel agent or your hotel to settle your ticketing. A small service fee is charged but it is much better than to be stuck in hard-seat class for a long journey! Please keep in mind that there is usually a three-day advance purchase limit.

I'd like a ... ticket to Hai Phong.	**Tôi muốn một vé ... đến Hải Phòng.** *toi móorn mot vé ... dén Hả-i Fòg*
one-way [single]	**một chiều** *mot chì-yoh*
round-trip [return]	**khứ hồi** *kóor hò-i*
first/second class	**hạng nhất/nhì** *hag nát/nì*
discount	**ưu đãi** *ur-ew dã-i*
I'd like to reserve a seat.	**Tôi muốn đặt một vé.** *toi móorn dat mot ve.*
aisle seat	**chỗ ngồi giữa các dãy ghế** *chõ gò-i jữr-a kák zãy gé*
window seat	**chỗ ngồi gần cửa sổ** *chõ gòi gàn kử-a shỏ*
Is there a sleeping car [sleeper]?	**Có toa xe có giường nằm không?** *kó twa se kó jèw-urg nàm kog*
I'd like a ... berth.	**Tôi muốn giường nằm ...** *toi móorn jèw-urg nàm ...*
upper/lower	**trên/dưới** *tren/zew-úr-i*

Price

How much is that?	**Nó giá bao nhiêu?** *nó zá bao ni-yoh*
Is there a discount for ...?	**Có giảm giá cho... không?** *kó zảm zá cho... kog*
children/families	**trẻ em/gia đình** *trẻ em/za dìn*
senior citizens	**người già** *gèw-ur-i zà*
students	**sinh viên** *shin vi-uhn*

Queries

Do I have to change trains?	**Tôi có phải đổi tàu không?** *toi kó fả-i dỗ-i tà-oo kog*
It's a direct train.	**Đó là chuyến tàu suốt.** *dó là choo-ín tà-oo shóo-urt*
You have to change at …	**Bạn phải đổi tàu tại …** *ban fải dỗ-i tà-oo tai …*
How long is this ticket valid for?	**Vé này có hiệu lực trong bao lâu?** *vé này kó hi-yoh loork trog bao loh*
Can I take my bicycle on the train?	**Tôi có thể mang xe đạp lên tàu không?** *toi kó tẻ mag se dap len tà-oo kog*
Can I return on the same ticket?	**Tôi có thể quay về với cùng một vé không?** *toi kó tẻ kway vè vúr-i kòog mot vé kog*
In which car [coach] is my seat ?	**Ghế tôi ở toa nào?** *gé toi ửr twa nà-o*
Is there a dining car on the train?	**Có toa ăn uống trên tàu không?** *kó twa an óorg tren tà-oo kog*

Train times

Could I have a timetable?	**Vui lòng cho tôi bản lịch trình tàu.** *voo-i lòg cho toi bản lik trìn tà-oo*
When is the...train to Da Lat?	**Chuyến tàu … đến Đà Lạt là khi nào?** *choo-ín tà-oo … dén dà lat là ki nà-o*
first/next/last	**đầu tiên/tiếp theo/cuối cùng** *dòh ti-uhn/tí-uhp teh-ao/kóor-i kòog*
How frequent are the trains to …?	**Bao lâu thì có một chuyến tàu đến …?** *bao loh tì kó mot choo-ín tà-oo dén …*
once/twice a day	**một/hai chuyến một ngày** *mot/hai choo-ín mot gày*
five times a day	**năm chuyến một ngày** *nam choo-ín mot gày*
every hour	**hàng giờ** *hàg jừr*
What time do they leave?	**Họ đi vào lúc nào?** *ho di và-o lóok nà-o*

on the hour	**đúng giờ** *dóog jừr*
20 minutes past the hour	**trễ 20 phút** *trễ hy mew-ur-i fóot*
What time does the train stop at …?	**Tàu dừng tại … lúc mấy giờ?** *tà-oo zòorg tai … lóok may jừr*
What time does the train arrive in …?	**Tàu đến … lúc mấy giờ?** *tà-oo dén … lóok may jừr*
How long is the trip [journey]?	**Chuyến đi mất bao lâu?** *choo-ín di mát bao loh*
Is the train on time?	**Tàu có đúng giờ không?** *tà-oo ko dóog jừr kog*

Departures

Which platform does the train to … leave from?	**Tàu đi … rời ga ở đường sắt số mấy?** *tà-oo di … rừr-i ga ửr dèw-urg shát shó máy*
Where is platform 4?	**Đường sắt số 4 ở đâu?** *dèw-urg shát shó bón ửr doh*
over there	**đằng kia** *dàg kia*
on the left/right	**bên trái/phải** *ben trái/fải*
Where do I change for …?	**Tôi xuống tàu đi … ở đâu?** *toi sóorg tà-oo di … ửr doh*
How long will I have to wait for a connection?	**Tôi phải chờ để chuyển tiếp trong bao lâu?** *toi fải chừr dẻ choo-ỉn tí-uhp trog bao loh*

Boarding

Is this the right platform for the train to …?	**Đây là đúng đường cho chuyến tàu đến … ?** *day là dóog dèw-urg ko choo-ín tà-oo dén …*
Is this the train to …?	**Đây là chuyến tàu đến … ?** *day là choo-ín tà-oo dén …*
Is this seat taken?	**Chỗ này đã có người ngồi phải không?** *chỗ này dã kó gèw-ur-i gò-i fải kog*
I think that's my seat.	**Tôi nghĩ đó là chỗ của tôi.** *toi gĩ dó là chỗ kỏo-a toi*

Here's my reservation. **Đây là chỗ đặt trước của tôi.**
day là chỗ đạt tréw-urk kỏo-a toi

Are there any available seats/berths? **Còn chỗ ngồi/giường nằm nào không?**
kòn chỗ gò-i/jèw-urg nàm nà-o kog

Do you mind if …? **Bạn có phiền nếu …?** *ban kó fi-uhn néw …*

I sit here. **Tôi ngồi đây** *toi gòi dai*

I open the window **Tôi mở cửa sổ** *toi mửr kửr-a shỏ*

On the journey

How long are we stopping here for? **Chúng ta dừng lại đây trong bao lâu?**
chóog ta zòorg lai dai trog bao loh

When do we get to …? **Khi nào chúng ta …?** *ki nà-o chóog ta …*

Have we passed …? **Chúng ta đã qua … chưa?**
chóog ta dã kwa … kur-a

Where is the dining/ sleeping car? **Toa ăn/ngủ ở đâu?**
twa an/goo ủr doh

Where is my berth? **Giường tôi ở đâu?** *jèw-urg toi ủr doh*

I've lost my ticket. **Tôi mất vé.** *toi mát vé*

YOU MAY SEE	
phanh gấp	emergency brake
chuông	alarm
cửa tự động	automatic doors

LONG-DISTANCE BUS [COACH]

Bus services are operated by both government and private bus companies. They run routes connecting every city within Vietnam. Seats can be reserved in advance with travel agents and tourist offices.

Where is the bus [coach] station?	**Bến xe liên tỉnh ở đâu?**	*bén se li-uhn tỉn ử doh*
When is the next bus [coach] to …?	**Khi nào có chuyến xe liên tỉnh đến …?**	*ki nà-o kó choo-ín se li-uhn tỉn dén …*
Which bay does it leave from?	**Nó rời đi từ đâu?**	*nó rừr-i di tòor doh*
Does the bus [coach] stop at …?	**Xe liên tỉnh có dừng tại … không?**	*se li-uhn tỉn kó zòorg tai … kog*
How long does the trip [journey] take?	**Chuyến đi mất bao lâu?**	*choo-ín di mát bao loh*
Are there … on board?	**Có … trên xe không?**	*kó … tren se kog*
refreshments/toilets	**đồ ăn/phòng vệ sinh**	*dò an/fòg ve shin*

BUS/TRAM

The local bus service networks are extensive and are usually crowded at rush hour. There are local bus services available in Ha Noi, Hai Phong, Quang Ninh, Da Nang, and Ho Chi Minh.

Where can I get a bus/tram to …?	**Tôi có thể bắt xe buýt đến … ở đâu?**	*toi kó tẻ bát se boo-ít dén … ử doh*
What time is the … bus to …?	**Xe buýt đến … lúc mấy giờ?**	*se boo-ít dén … lóok máy jừr*

Buying tickets

Where can I buy tickets?	**Tôi có thể mua vé ở đâu?**	*toi kó tẻ moo-a vé ửr doh*
A…ticket to Trang Tien street, please.	**Cho một vé đến … phố Tràng Tiền.**	*cho mot vé dén … fó tràg tì-uhn*
one-way [single]	**một chiều** *mot chì-yoh*	
round-trip [return]	**khứ hồi** *kóor hò-i*	
multiple journey	**liên chặng** *li-uhn chag*	

77

monthly	**tháng** *tág*
A booklet of tickets, please.	**Vui lòng cho một tập vé.** *voo-i lòng cho mot tap ve.*
How much is the fare to …?	**Vé đến … giá bao nhiêu?** *vé dén … zá bao ni-yoh*

Traveling

Is this the right bus/tram to …?	**Có phải đây đúng là chuyến xe buýt đến …?** *kó fải day dóog là choo-ín se boo-ít dén …*
Could you tell me when to get off?	**Có thể cho tôi biết khi nào xuống xe không?** *kó tẻ cho toi bí-uht ki nà-o sóorg se kog*
Do I have to change buses?	**Tôi có phải đổi xe buýt không?** *toi kó fải dỏ-i se boo-ít kog*
How many stops are there to …?	**Có bao nhiêu bến dừng đến …?** *kó bao ni-yoh bén zòorg dén …*
Next stop, please!	**Bến tiếp theo!** *bén tí-uhp teh-ao*

YOU MAY HEAR

Ban kàn dén bén zòorg ử dàg kia	You need that stop over there
Ban kàn di se boo-ít shó	You need bus number …
Ban fải dỏ-i se boo-ít tai	You must change buses at …

FERRY

Ferries are only available in some areas like Quang Ninh and Ho Chi Minh. There are also numerous boat services connecting every area in Vietnam, mostly between rivers. If you intend to include provinces in Eastern or Western Ho Chi Minh in your travel plans, be prepared to use boat services only.

When is the…car ferry to Hon Gai?	**Khi nào có chuyến phà … sang Hòn Gai?** *ki nà-o kó choo-ín fà … shag hòn gai*
first/next/last	**đầu tiên/tiếp theo/cuối cùng** *dòh ti-uhn/tí-uhp teh-ao/kóor-i kòog*
ship	**tàu (thủy)** *tà-oo (tỏo-i)*
A round-trip [return] ticket for …	**Một vé khứ hồi cho …** *mot vé kóor hò-i cho …*

two adults and three children	**hai người lớn và ba trẻ em** *hai gèw-ur-i lúrn và ba trẻ em*
I want to reserve a … cabin.	**Tôi muốn đặt trước một cabin …** *toi móorn dạt tréw-urk mot kabin …*
single/double	**đơn/đôi** *durn/doi*

Boat trips

Is there a …?	**Có … không?** *kó … kog?*
boat trip	**chuyến đi chơi bằng thuyền** *choo-ín di chur-i bàg too-ìn*
river cruise	**chuyến du ngoạn sông** *choo-ín zoo gwan shog*
What time does it leave/return?	**Nó đi/về lúc mấy giờ?** *nó di/vè lóok máy jùr*
Where can we buy tickets?	**Chúng tôi có thể mua vé ở đâu?** *chóog toi kó tẻ moo-a vé ủr doh*

BICYCLE/MOTORBIKE

You can rent and ride a bicycle or a motorcycle in every city in Vietnam.
Be very careful riding a bicycle in the city regions as the traffic conditions
can get chaotic.

I'd like to rent a …	**Tôi muốn thuê một chiếc …** *toi móorn too-ei mot chí-uhk …*
bicycle	**xe đạp** *se dap*
motorbike	**xe máy** *se máy*
How much does it cost per day/week?	**Giá mỗi ngày/tuần là bao nhiêu?** *zá mõ-i gày/tòo-uhn là bao ni-yoh*
Do you require a deposit?	**Bạn cần đặt cọc không?** *ban kàn dat kok kog*
The brakes don't work.	**Phanh không ăn.** *fan kog an*
There are no lights.	**Không có đèn.** *kog kó dèn*
The front/rear tire has a flat [puncture].	**Lốp trước/sau bị thủng.** *lóp tréw-urk/sha-oo bi tỏog*

HITCHHIKING

In general, hitchhiking is not officially sanctioned nor is it recommended.
The same dangers in other parts of the world apply here too. Hitchhiking
is seldom free – you will be expected to offer a small tip at least.

Where are you heading?	**Bạn đi về đâu?** *ban di vè doh*
I'm heading for …	**Tôi đi về…** … *toi di vè…*
Is that on the way to …?	**Có phải đây đang trên đường đến …?** *kó fải dai dag tren dèw-urg dén …*
Could you drop me off …?	**Bạn có thể cho tôi xuống … không?** *ban kó tẻ cho toi sóorg … kog*
here/at …	**ở đây/tại …** *ửr dai/tai …*
at the … exit	**tại lối ra …** *tai ló-i ra …*
in the center of town	**trong trung tâm thành phố** *trog troog tam tàn fó*
Thanks for giving me a lift.	**Cám ơn đã cho tôi đi nhờ.** *kám urn dã cho toi di nùr*

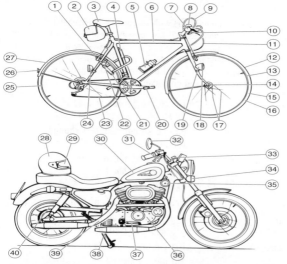

1 brake pad **đệm phanh** *dem fan*
2 bicycle bag **túi xe đạp** *tóo-i se dap*
3 saddle **yên xe** *i-uhn se*
4 pump **bơm** *burm*
5 water bottle **chai nước** *chai new-úrk*
6 frame **khung** *koog*
7 handlebars **ghi đông** *gi dog*
8 bell **chuông** *choorg*
9 brake cable **dây phanh** *zay fan*
10 gear shift [lever] **bộ sang số** *bo shag shó*
11 gear/control cable **bánh răng** *bán rag*
12 inner tube **săm xe** *sham se*
13 front/back wheel **bánh trước/sau** *bán tréw-urk/sha-oo*
14 axle **trục** *trook*
15 tire [tyre] **lốp** *lóp*
16 wheel **bánh xe** *bán se*
17 spokes **tăm xe** *tam se*
18 bulb **bóng đèn** *bóg dèn*
19 headlight **đèn pha** *dèn fa*
20 pedal **bàn đạp** *bàn dap*
21 lock **khóa** *kwá*

22 generator [dynamo] **máy phát** *máy fát*
23 chain **dây xích** *zay sík*
24 rear light **đèn sau** *dèn sha-oo*
25 rim **vành xe** *vàn se*
26 reflector **kính hậu** *kín họh*
27 fender [mudguard] **cái chắn bùn** *kái chản bòon*
28 helmet **mũ sắt** *mõo shát*
29 visor **kính chắn** *kín chán*
30 fuel tank **bình nhiên liệu** *bìn ni-uhn li-yoh*
31 clutch lever **đòn khớp** *dòn kúrp*
32 mirror **gương** *gew-urg*
33 ignition switch **bộ đánh lửa** *bo dán lử-a*
34 turn signal [indicator] **đèn xi nhan** *dèn si nan*
35 horn **ăng-ten** *ag-ten*
36 engine **động cơ** *dog kur*
37 gear shift [lever] **bộ sang số** *bo shag shó*
38 kick stand [main stand] **chân chống** *chan chóg*
39 exhaust pipe **ống xả** *óg sả*
40 chain guard **hộp xích** *hop sík*

Major cities have metered taxis with set routes whereby payment is made upon entering the cab. It is also possible to hire taxis by the hour/day. Tipping is not mandatory. If you use rickshaws, pedicabs, or two-wheeled taxis, it is best to negotiate the price in advance. Not many taxi drivers speak English, so it is best to have your destination written out in Vietnamese or to point it out on a map.

Where can I get a taxi?	**Tôi có thể gọi tắc xi ở đâu?** *toi kó tẻ gọi ták si ử doh*
Do you have the number for a taxi?	**Bạn có số gọi xe tắc xi không?** *ban kó shó gọi se ták si kog*
I'd like a taxi …	**Tôi muốn có tắc xi …** *toi móorn kó ták si …*
now	**bây giờ** *bay jùr*
in an hour	**trong vòng một tiếng** *trog vòg mot tí-uhg*
tomorrow at 9:00	**ngày mai lúc 9:00 giờ** *gày mai lóok chín jùr*
The address is …	**Địa chỉ là …** *dia chỉ là …*
I'm going to …	**Tôi đến …** *toi dén …*
Please take me to (the) …	**Vui lòng cho tôi đến …** *voo-i lòg cho toi dén …*
airport/train station	**sân bay/nhà ga** *shan bay/nà ga*
this address	**địa chỉ này** *dia chỉ này*
How much will it cost?	**Giá sẽ là bao nhiêu?** *zá shẽ là bao ni-yoh?*
How much is that?	**Giá bao nhiêu?** *zá bao ni-yoh?*
You said … dollars.	**Bạn nói là … đôla.** *ban nó-i là … dola*
On the meter it's …	**Theo đồng hồ, nó là …** *teh-ao dòg hò, nó là …*
Keep the change.	**Cứ giữ tiền lẻ.** *óor jõor tì-uhn lẻ*

YOU MAY SEE

cho thuê	for hire

CAR/AUTOMOBILE

In Vietnam, cars are driven on the right. You will find international and local car rental services but driving in big cities is not recommended. To rent a car in Vietnam, you need to be at least 22 years old and have held a valid driver's license for at least one year. The speed limit is 35 km/h in towns, and elsewhere as marked. You can rent a car in most major cities but even in these places, it is usually a costly and time consuming affair. You need an international driver's license and you can only drive as far as the the city limits.

If you find it impossible to rent a car or you are discouraged, chauffeur-driven cars are an alternative and readily available. If you don't wish to rent a car for a whole day, it's often possible to arrange for a taxi that charges by the hour.

Conversion chart

km	1	10	20	30	40	50	60	70	80	90	100	110	120	130
dặm (miles)	0.6	6	12	19	25	31	37	44	50	56	62	68	75	81

Fuel

Gasoline	dầu hỏa, dầu lửa	zòh hwả, zòh lửr-a
Premium	thượng hạng	tew-un hạn [đạt
Super	đặc biệt	đạt bi-et
Regular	bình thường	bỉn tew-ùn

Car rental

Contact the local tourist office for car rental. As mentioned before, driving a car is not advisable during your stay in Vietnam though car rentals are available.

Where can I rent a car?	**Tôi có thể thuê xe ôtô ở đâu?** *toi kó tẻ too-ei se oto ửr doh*
I'd like to rent a(n) ...	**Tôi muốn thuê một chiếc ...** *toi móorn too-ei mot chí-uhk ...*
2-/4-seat car	**xe 2/4 chỗ ngồi** *se hai/bón chõ gòi*
automatic car	**xe tự động** *se toor dog*
car with 4-wheel drive	**xe ôtô bốn bánh** *se oto bón bán*

car with air conditioning	**xe có điều hòa** *se kó di-yoh hwà*
I'd like it for a day/a week.	**Tôi thuê nó trong một ngày/tuần.** *toi too-ei nó trog mot gày/tòo-uhn*
How much does it cost per day/week?	**Giá mỗi ngày/tuần là bao nhiêu?** *zá moi gày/tòo-uhn là bao ni-yoh*
Is mileage/insurance included?	**Có phụ cấp/bảo hiểm không?** *kó foo káp/bả-o hỉ-uhm kog*
Are there special weekend rates?	**Có giá đặc biệt cho cuối tuần không?** *kó zá dak bi-uht cho kóori tòo-uhn kog*
Can I return the car at …?	**Tôi có thể trả xe lúc … không?** *toi kó tẻ trả se lóok … kog*
What sort of fuel does it take?	**Nó dùng loại nhiên liệu nào?** *nó zòog lwai ni-uhn li-yoh nà-o*
Where is the high/low [full/dipped] beam?	**Thanh đòn cao/thấp ở đâu?** *tan dòn kao/táp ử doh*
Could I have full insurance?	**Tôi có thể có bảo hiểm toàn bộ không?** *toi kó tẻ kó bả-o hỉ-uhm twàn bo kog*

Gas [Petrol] station

Where's the next gas [petrol] station?	**Trạm xăng tiếp theo ở đâu?** *tram sag tí-uhp teh-ao ử doh*
Is it self-service?	**Nó là trạm tự phục vụ?** *nó là tram toor fook voo*
Fill it up, please.	**Vui lòng đổ xăng.** *voo-i lòg dỏ sag*
… liters, please.	**Xin đổ … lít.** *sin dỏ … lít*
premium [super]/regular	**cao cấp/thường** *kao káp/tew-urg*
unleaded/diesel	**không chì/điêzen** *kog chì/di-e-zen*
I'm pump number …	**Tôi ở vòi bơm số …** *toi ử vò-i burm shó …*
Where is the air pump/water?	**Vòi bơm hơi/nước ở đâu?** *vòi burm hur-i/new-úrk ử doh*

YOU MAY SEE

giá mỗi lít	price per liter

Parking

Parking is usually located within the main cities' boundaries along the streets or in the spaces under bridges. There are no parking meters in Vietnam. Instead, you pay a parking attendent.

Is there a parking lot [car park] nearby?	**Có bãi đỗ xe gần đây không?** *kó bã-i dõ se gàn day kog*
What's the charge per hour/per day?	**Giá mỗi giờ/ngày là bao nhiêu?** *zá mõ-i jùr/gày là bao ni-yoh*
Do you have change for the parking?	**Bạn có tiền lẻ để đỗ xe không?** *ban kó tì-uhn lẻ dể dõ se kog*
My car has been booted [clamped]. Who do I call?	**Xe tôi bị kẹp. Tôi phải gọi ai?** *se toi bi kep. toi fải goi ai*

Breakdown

Where is the nearest garage?	**Nhà để xe gần nhất ở đâu?** *nà dẻ se gàn nát ửr doh*
My car broke down.	**Xe tôi bị hỏng.** *se toi bi hỏg*
Can you send a mechanic/ tow [breakdown] truck?	**Bạn có thể cho xe tải máy/xe kéo đến không?** *ban kó tẻ cho se tả-i máy/se kéh-ao dén kog*
I belong to … recovery service.	**Tôi có dịch vụ bảo hành …** *toi kó zik voo bả-o hàn …*
My registration number is …	**Số đăng ký của tôi là …** *shó dag kí kỏo-a toi là …*
The car is …	**Xe đang …** *se dag …*
on the highway [motorway]	**trên đường cao tốc** *tren dèw-urg kao tók*
2 km from …	**cách 2 km từ …** *kák 2 kilo mét tòor …*
How long will you be?	**Còn bao xa nữa?** *kòn bao sa nũr-a?*

What is wrong?

My car won't start.	**Xe tôi không nổ máy.** *se tó-i kog nổ máy*
The battery is dead.	**Ắc quy bị tắc.** *ák kwi bi ták*
I've run out of gas [petrol].	**Tôi hết xăng.** *toi hét sag*

85

I have a flat [puncture].	**Tôi bị thủng lốp.** *toi bi tỏog lóp*
There is something wrong with …	**Có gì đó không ổn với...** *kó gì đó kog ổn vúr-i...*
I've locked the keys in the car.	**Tôi đã để chìa khóa trong xe.** *toi dã dẻ chì-a kwá trog se*

Repairs

Do you do repairs?	**Bạn có dịch vụ sửa xe không?** *ban kó zik voo shủr-a se kog*
Can you repair it?	**Bạn có thể sửa nó không?** *ban kó tẻ shủr-a nó kog*
Please make only the essential repairs.	**Xin chỉ sửa những phần chính.** *sin chỉ shủr-a nõorg fàn chín*
Can I wait for it?	**Tôi có thể chờ không?** *toi kó tẻ chùr kog*
Can you repair it today?	**Bạn có thể sửa nó trong hôm nay không?** *ban kó tẻ shủr-a nó trog hom nay kog*
When will it be ready?	**Nó sẽ xong lúc nào?** *nó shẽ sog lóok nà-o*
How much will it cost?	**Giá sửa chữa là bao nhiêu?** *zá shủr-a chữr-a là bao ni-yoh*
That's outrageous!	**Thật quá nhiều!** *tat kwá nì-yoh*
Can I have a receipt for the insurance?	**Tôi có thể lấy biên lai cho bảo hiểm không?** *toi kó tẻ láy bi-uhn lai cho bả-o hỉ-uhm kog*

Accidents

The emergency phone number for the police is 113, firefighters can be contacted at 114 and ambulances at 115.

There has been an accident.	**Có tai nạn.** *kó tai nan*
It's on the highway [motorway].	**Tai nạn trên đường cao tốc.** *tai nan tren dèw-urg kao tók*
It's near …	**Tai nạn gần …** *tai nan gàn ...*
Where's the nearest telephone?	**Điện thoại gần nhất ở đâu?** *di-uhn twai gàn nát ửr doh*

YOU MAY HEAR

... *kog hwat dog.*	The ... isn't working....
Toi kog kó nõoorg bo fan kàn tí-uht.	I don't have the necessary parts
Toi shẽ fải moo-a nõoorg bo fan dó.	I will have to order the parts.
Toi chỉ kó tẻ shủr-a chucr-a nó tam tùr-i.	I can only repair it temporarily.
Se ban kog tẻ shủr-a dew-urk nữr-a.	Your car is beyond repair
Nó kog tẻ shủr-a dew-urk.	It can't be repaired.
No shẽ sog ...	It will be ready ...
và-o kóor-i gày	later today
gày ma-i	tomorrow
trog ... gày	in ... days

Call ...	**Hãy gọi ...**	*hãy gọi ...*
the police	**cảnh sát**	*kản shát*
an ambulance	**xe cấp cứu**	*se káp kúr-ew*
a doctor	**bác sĩ**	*bák shĩ*
the fire department [brigade]	**đội cứu hỏa**	*doi kúr-ew hwả*
Can you help me please?	**Giúp tôi với.**	*jóop toi vúr-i*

Injuries

There are people injured.	**Có người bị thương.** *kó gèw-ur-i bi tew-urg*
No one is hurt.	**Không ai bị thương.** *kog ai bi tew-urg*
He/she is seriously injured.	**Ông/Bà anh ta bị thương nghiêm trọng.** *og/bà an ta bi tew-urg gi-uhm trog*
He's/she's unconscious.	**Ông/Bà ấy bất tỉnh rồi.** *og/bà ay bát tỉn rò-i*
He/she can't breathe.	**Ông/Bà anh ấy không thể thở.** *og/bà an áy kog tẻ tửr*
He/she can't move.	**Ông/Bà anh ấy không thể di chuyển.** *og/bà an áy kog tẻ zi choo-ỉn*

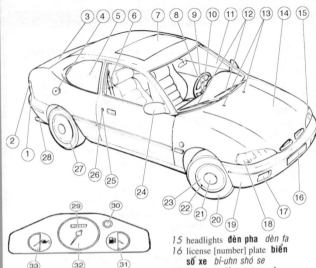

1 taillights [back lights] **đèn hậu** *đèn hoh*

2 brakelights **đèn phanh** *đèn fan*

3 trunk [boot] **thùng hành lý** *tòog hàn lí*

4 gas tank door [petrol cap] **nắp xăng** *náp sag*

5 window **cửa sổ** *kửr-a shỏ*

6 seat belt **dây an toàn** *zai an twàn*

7 sunroof **cửa mái** *kửr-a má-i*

8 steering wheel **bánh lái** *bán lá-i*

9 ignition **bộ đánh lửa** *bo đán lửr-a*

10 ignition key **khóa đánh lửa** *kwá đán lửr-a*

11 windshield [windscreen] **kính chắn gió** *kín chán jó*

12 windshield [windscreen] wipers **cần gạt nước** *kàn gat new-úrk*

13 windshield [windscreen] washer **cần lau nước** *kàn la-oo new-úrk*

14 hood [bonnet] **mui xe** *moo-i se*

15 headlights **đèn pha** *đèn fa*

16 license [number] plate **biển số xe** *bỉ-uhn shó se*

17 fog lamp **đèn sương mù** *đèn shew-urg mòo*

18 turn signals [indicators] **đèn xi nhan** *đèn si nan*

19 bumper **giá hãm xung** *zá hãm soog*

20 tires [tyres] **lốp xe** *lóp se*

21 hubcap **nắp đậy trục** *náp đai trook*

22 valve **van** *van*

23 wheels **bánh xe** *bán se*

24 outside [wing] mirror **gương ngoài** *gew-urg gwà-i*

25 central locking **chốt trong** *chót trog*

26 lock **khóa** *kwá*

27 wheel rim **vành xe** *vàn se*

28 exhaust pipe **ống xả** *óg sả*

29 odometer [milometer] **đồng hồ km*** *dòg hò kilo mét*
* This term is translated base on daily usage. The exact translation is '**đồng hồ đo quãng đường**'.
'dòg hò do kwãg dèw-urg'

88

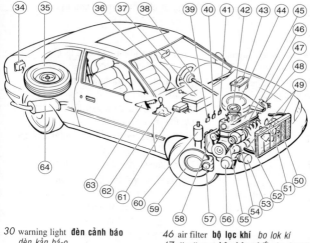

30 warning light **đèn cảnh báo**
dèn kản bá-o
31 fuel gauge **đồng hồ nhiên liệu**
dòng hò ni-uhn li-yoh
32 speedometer **đồng hồ tốc độ**
dòng hò tók do
33 oil gauge **đồng hồ đo dầu**
dòng hò do zòh
34 backup [reversing] lights
đèn lùi số *dèn lôo-i shó*
35 spare wheel **bánh xe dự phòng**
bán se zoor fòg
36 choke **bướm gió** *béw-urm jó*
37 heater **bộ nhiệt** *bo ni-uht*
38 steering column **trụ lái** *troo lá-i*
39 accelerator **chân ga** *chan ga*
40 pedal **bàn đạp** *bàn dap*
41 clutch **khớp** *kúrp*
42 carburetor **bộ chế hòa khí**
bo ché hwà kí
43 battery **ắc quy** *ák kwi*
44 alternator **máy dao điện**
máy zao dí-uhn
45 camshaft **trục phân khối**
trook fan kói

46 air filter **bộ lọc khí** *bo lok kí*
47 distributor **bộ phân phối** *bo fan fói*
48 points **mũi tên chỉ** *mõo-i ten kỉ*
49 radiator hose (top/bottom)
ống tản nhiệt (trên/dưới)
óg tản ni-uht (tren/zéw-ur-i)
50 radiator **bộ tản nhiệt** *bo tản ni-uht*
51 fan **quạt** *kwat*
52 engine **động cơ** *dog kur*
53 oil filter **bộ lọc dầu** *bo lok zòh*
54 starter [motor] **bộ khởi động/tắc-te**
bo kử-i dog/ták-te
55 fan belt **đai quạt** *dai kwat*
56 horn **ăng-ten** *ag-ten*
57 brake pads **hộp số** *hop shó*
58 transmission [gearbox] **đệm phanh**
dem fan
59 brakes **phanh** *fan*
60 shock absorbers **bộ giảm xóc**
bo jảm sók
61 fuses **kíp nổ** *kíp nổ*
62 gear shift [lever] **bộ sang số**
bo shag sho
63 handbrake **phanh tay** *fan tay*
64 muffler [silencer] **bộ giảm thanh**
bo jảm tan

Don't move him/her.	**Đừng di chuyển ông/bà anh ấy.** *dòorg zi choo-ỉn og/bà an áy*

Legal matters

What's your insurance company?	**Công ty bảo hiểm của bạn là gì?** *kog ti bả-o hỉ-uhm kỏo-a ban là gì*
What's your name and address?	**Tên và địa chỉ của bạn là gì?** *ten và di-a chỉ kỏo-a ban là gì*
That car ran into me.	**Chiếc xe đó đã đâm vào tôi.** *chí-uhk se dó dã dam và-o to-i*
That car was going too fast/driving too close.	**Những chiếc xe đi quá nhanh/lái quá gần.** *nõorg chí-uhk se di kwá nan/lá-i kwá gàn*
I had the right of way.	**Tôi có quyền đi.** *toi ko kwoo-ìn di*
I was (only) driving … km/h.	**Tôi (chỉ) lái với tốc độ … km/h.** *toi (chỉ) lá-i vứr-i tók do … kilo mét mot jò*
I'd like an interpreter.	**Tôi cần người phiên dịch.** *toi kàn gèw-ur-i fi-uhn zik*
I didn't see the sign.	**Tôi đã không thấy tín hiệu.** *toi dã kog táy tín hi-yoh*
He/She saw it happen.	**Ông/bà đã nhìn thấy sự việc diễn ra.** *og/bà dã nin táy shoor vi-uhk zĩ-uhn ra*
The registration number was …	**Số đăng ký là …** *shó dag kí là …*

ASKING DIRECTIONS

Excuse me, please.	**Xin hỏi.** *sin hỏi*
How do I get to …?	**Tôi đến… bằng cách nào?** *toi dén… bàg kák nà-o*
Where is …?	**… ở đâu?** *… ửr doh*
Can you show me on the map where I am?	**Bạn có thể chỉ vị trí của tôi trên bản đồ không?** *ban kó tẻ chỉ vi trí kỏo-a toi tren bản dò kog*
I've lost my way.	**Tôi lạc đường.** *toi lak dèw-urg*

Can you repeat that, please?	**Vui lòng nhắc lại.** *voo-i lòg nák lai*
More slowly, please.	**Vui lòng nhắc lại.** *voo-i lòg kam hurn*
Thanks for your help.	**Cám ơn.** *kám urn*

YOU MAY HEAR

Voo-i lòg cho sem ... kỏo-a ban.	Can I see your …, please?
záy fép lá-i se	driver's license
tẻ bả-o hie-uhm	insurance certificate
záy dag kí se	vehicle registration document
Nó sảy ra lóok nà-o?	What time did it happen?
Nó sảy ra ủr doh?	Where did it happen?
Kó a-i li-uhn kwan nữr-a kog?	Was anyone else involved?
Kó nan chóorg nà-o kog?	Are there any witnesses?
Ban dag tag tók.	You were speeding.
Dèn se kỏo-a ban kog hwat dog.	Your lights aren't working.
Ban shẽ fải trả tì-uhn fat tai chõ.	You'll have to pay a fine (on the spot).
Chóog toi kàn lừr-i tèw-urg trìn kỏo-a ban tai dòn.	We need you to make a statement at the station.

Traveling by car

Is this the right road for …?	**Đây có đúng là đường đến …?** *dai kó dóog là dèw-urg dén …*
Is it far from here?	**Nó có xa đây không?** *nó kó sa day kog*
How far is it to … from here?	**… cách đây bao xa?** *… kák day bao sa*
Where does this road lead?	**Con đường này dẫn đến đâu?** *kon dèw-urg này zãn dén doh*
How do I get onto the highway [motorway]?	**Tôi đi trên đường cao tốc như thế nào?** *toi di tren dèw-urg ka-o tók noor té nà-o*

What's the name of the next town?	**Thành phố tiếp theo tên gì?** *tàn fó tí-uhp teh-ao ten gì*
How long does it take by car?	**Đi xe mất bao lâu?** *di se mát ba-o loh*
It'll take ... minutes.	**Nó mất ... phút.** *nó mát ... fóot*

Location

YOU MAY HEAR

Di tẳg.	It's straight ahead.
Nó nàm ben trái.	It's on the left.
Nó nàm ben fải.	It's on the right.
Nó ửr kóor-i dèw-urg.	It's at the end of the street.
Nó nàm trog gók.	It's on the corner.
Nó ửr kwan gók.	It's around the corner.
Nó nàm teh-ao héw-urg	It's in the direction of
Nó dó-i zi-uhn/dàg sha-oo	It's opposite/behind
Nó ké ben/sha-oo	It's next to/after
Di sóorg fó gag/fó chín	Go down the side street/main street
Bag kwa kwẳg trèw-urg.	Cross the square.
Di kwa kòh.	Cross the bridge.
Dén gã rẽ tóor ba, rẽ fả-i.	Take the third turning to the right.
Rẽ trá-i...	Turn left…
sha-oo kot dèn ja-o tog tóor	after the first set of traffic lights
nát tai gã toor tóor hai	at the second intersection [cross road]

By car

Nó ở… của vị trí này.	*nó ửr cỏo-a vị trì này*	It's…of here.
hướng bắc/hướng nam	*hew-úrg bak/hew-úrg nam*	north/south
hướng đông/hướng tây	*hew-úrg dong/hew-úrg tay*	east/west
Đi đường …	*di dew-úrg*	Take the road for…
Bạn đi sai đường.	*ban di sy dew-úrg*	You're on the wrong road.
Bạn phải quay lại …	*ban fải kwa-oo-i lai*	You'll have to go back to…
Theo biển chỉ đường …	*teo bỉ-uhn chỉ dew-úrg*	Follow the signs for…

How far?

Đường ngắn/dài.	*dew-úrg gág/zài*	It's close/a long way.
5 phút đi bộ	*nam fúk di bo*	5 minutes on foot
10 phút đi xe	*mew-ùr-i fúk di se*	10 minutes by car
khoảng 100 m	*kwảg mot tram mét teo*	about 100 m down the road
theo đường bộ	*dew-úrg bo*	
xa khoảng 10 km	*sa kảwg mèw-ur-i mét*	about 10 km away

sân bay	airport
tuyến xe buýt	bus route
bến xe buýt	bus stop
bãi đỗ xe	parking lot [car park]
nhà thờ	church
rạp chiếu phim	movie theater [cinema]
đường/phố chính	main street/town (street= đường; town= phố)
phòng thông tin	information office
phố cổ	old town
công viên	park
lối qua đường	pedestrian crossing
khu vực cho người đi bộ	pedestrian zone [precinct]
đồn công an	police station
bưu điện	post office
nhà công cộng	public building
sân chơi	playing field [sports ground]
1. nhà ga for train	station
2. trạm in general	
sân vận động	stadium
đường hầm	underpass
dãy tắc xi	taxi stand [rank]
nhà hát	theater
Bạn ở đây.	You are here.

YOU MAY SEE

chỉ đi vào	access only
lối khác	alternate route
đường vòng	detour [diversion]
ở trong làn	stay in lane
nhường đường	yield [give way]
cầu chui	low bridge
đường một chiều	one-way street
đường cụt	road closed
trường học	school
sử dụng đèn pha	use headlights

SIGHTSEEING

TOURIST INFORMATION

The Tourism Information Technology Centre provides a wealth of
information, including free maps, brochures, tour itineraries and travel
advice. You can reach them at 844-9437072 or titc@vietnamesetourism.
com. Major hotels and travel agencies will also be able to provide tourist
information as well.

Where's the tourist office?	**Văn phòng du lịch ở đâu?** *van fòg zoo lik ử doh*
What are the main points of interest?	**Những điểm du lịch chính là gì?** *nõorg die-uhm zoo lik chín là gì*
We're here for …	**Chúng tôi ở đây trong …** *chóog toi ử dai trog …*
only a few hours	**chỉ vài giờ** *chỉ và-i jừ*
a day	**một ngày** *mot gày*
a week	**một tuần** *mot tòo-uhn*
Can you recommend …?	**Bạn có thể giới thiệu … không?** *ban kó tẻ júr-i ti-yoh … kog*
a sightseeing tour	**chuyến đi ngắm cảnh** *choo-ín di gám kản*
an excursion	**chuyến tham quan** *choo-ín tam kwan*
a boat trip	**chuyến dạo chơi bằng thuyền** *choo-ín zao chur-i bàg too-ìn*
Do you have any information on …?	**Bạn có thông tin gì về … không?** *ban kó tog tin gì vè … kog*
Are there any trips to …?	**Có chuyến đi nào đến … không?** *kó choo-ín di nà-o dén … kog*

Excursions

How much does
the tour cost?
Giá chuyến đi chơi là bao nhiêu?
zá choo-ín di chur-i là bao ni-yoh

Is lunch included?
Có gồm bữa trưa không?
kók gòm bữr-a trur-a kog

Where do we leave from?
Chúng ta xuất phát từ đâu?
chóog ta soo-úht fát tòor doh

What time does the
tour start?
Chuyến đi bắt đầu lúc mấy giờ?
choo-ín di bát dòh lóok máy jùr

What time do we
get back?
Chúng ta quay về lúc mấy giờ?
chóog ta kway vè lóok máy jùr

Do we have free
time in …?
Chúng ta có thời gian tự do ở … không?
chóog ta kó tùr-i jan toor zo ửr … kog

Is there an
English-speaking guide?
Có hướng dẫn viên tiếng Anh không?
kó héw-urg zãn vi-uhn tí-uhg an kog

On tour

Are we going to see …?
Chúng ta chuẩn bị xem … phải không?
chóog ta chỏo-uhn bi sem … fải kog

We'd like to have a look
at the …
Chúng tôi muốn nhìn …
chóog toi móorn nìn …

Can we stop here …?
Chúng tôi có thể dừng ở đây … không?
chóog toi kó tẻ zòorg ửr day … kog

to take photographs
để chụp ảnh *dẻ choop ản*

to buy souvenirs
để mua quà lưu niệm
dẻ moo-a kwà lur-ew ni-uhm

to use the bathrooms
[toilets]
để đi vệ sinh *dẻ di ve shin*

Would you take a
photo of us, please?
Xin chụp hộ chúng tôi một kiểu ảnh?
sin choop ho chóog toi mot kỉ-yoh ản

How long do we
have here/in …?
Chúng ta ở đây/ở tại … trong bao lâu?
chóog ta ửr dai/ửr tai … trog bao loh

Wait! … isn't back yet.
Chờ chút! … chưa quay lại.
chùr chóot! … chur-a kway lai.

Sights

All government tourist offices will give you free local maps and plenty of useful tourist information. Service varies with private travel agencies.

Where is the …?	**… ở đâu?** *… ửr doh*
abbey	**tu viện** *too vi-uhn*
art gallery	**triển lãm nghệ thuật** *trĩ-uhn lãm ge too-uht*
battleground	**chiến trường** *chí-uhn trèw-urg*
botanical garden	**vườn bách thảo** *vèw-urn bák tả-o*
castle	**lâu đài** *loh dà-i*
cathedral	**thánh đường** *tán dèw-urg*
cemetery	**nghĩa trang** *gĩ-a trag*
church	**nhà thờ** *nà tùr*
downtown area	**khu buôn bán** *koo boorn bán*
fountain	**vòi phun nước** *vò-i foon new-úrk*
market	**chợ** *chur*
(war) memorial	**đài tưởng niệm (chiến tranh)** *dà-i tew-ửrg ni-uhm (chí-uhn tran)*
monastery (Buddhist/Taoist)	**tu viện (đạo Phật/đạo Lão)** *too vi-uhn (dao fat/dao lã-o)*
museum	**bảo tàng** *bả-o tàg*
old town	**phố cổ** *fó kỏ*
opera house	**nhà hát lớn** *nà hát lúrn*
palace	**cung điện** *koog di-uhn*
park	**công viên** *kog vi-uhn*
parliament building	**tòa nhà quốc hội** *twà nà kwók hoi*
ruins	**tàn tích** *tàn tík*
shopping area	**khu mua sắm** *koo moo-a shám*
statue	**tượng** *tew-urg*
theater	**nhà hát** *nà hát*
tower	**tháp** *táp*
town hall	**ủy ban thành phố** *ỏo-i ban tàn fó*

viewpoint	**điểm nhìn** *đỉ-uhm nìn*
Can you show me on the map?	**Bạn có thể chỉ vị trí của tôi trên bản đồ không?** *ban kó tẻ chỉ vi trí kỏo-a toi tren bản dò kog?*

ADMISSION

Most museums close on public holidays. The opening hours are from 8:00 am to 5:00 pm but they can vary so it's best to check in advance. Museums are often closed on Mondays.

Is the … open to the public?	**… có mở cửa cho công chúng không?** *… kó mử kử-a cho kog chóog kog*
Can we look around?	**Chúng tôi có thể đi quanh đây không?** *chóog toi kó tẻ di kwan day kog*
What time does the museum open?	**Giờ mở cửa vào lúc nào?** *zừr mử kử-a và-o lóok nà-o*
When does it close?	**Đóng cửa vào lúc nào?** *dóg kử-a và-o lóok nà-o*
Is … open on Sundays?	**… có mở cửa vào Chủ nhật không?** *… kó mử kử-a và-o chỏo nat kog*
When's the next guided tour?	**Khi nào có chuyến tham quan hướng dẫn tiếp theo?** *ki nà-o kó choo-ín tam kwan héw-urg zãn tí-uhp teh-ao*
Do you have a guide book (in English)?	**Bạn có sách hướng dẫn (bằng tiếng Anh) không?** *ban kó shák héw-urg zãn (bàg tí-uhg an) kog*
Can I take photos?	**Tôi có thể chụp ảnh không?** *toi kó tẻ choop ản kog*
Is there access for the disabled?	**Có lối vào cho người tàn tật không?** *kó ló-i và-o cho gèw-ur-i tàn tat kog*
Is there an audioguide in English?	**Có bản hướng dẫn âm thanh bằng tiếng Anh không?** *kó bản héw-urg zãn am tan bàg tí-uhg an kog?*

Paying/Tickets

How much is the entrance fee?	**Vé vào cửa mất bao nhiêu?** *vé và-o kử-a mất bao ni-yoh*
Are there any discounts for …?	**Có giảm giá cho … không?** *kó zảm zá cho … kog*
children	**trẻ em** *trẻ em*
the disabled	**người tàn tật** *gèw-ur-i tàn tat*
groups	**nhóm** *nóm*
senior citizens	**người già** *gèw-ur-i zá*
students	**sinh viên** *shin vi-uhn*
One adult and two children, please.	**Xin một vé người lớn và hai vé trẻ em.** *sin mot vé gèw-ur-i lúrn và hai vé trẻ em*

YOU MAY SEE

phí vào cửa	admission free
đóng cửa	closed
cửa hàng quà tặng	gift shop
lượt cuối cùng lúc 5 giờ chiều	last entry at 5 p.m.
chuyến du lịch tiếp theo tại …	next tour at …
không lối vào	no entry
cấm chụp ảnh đèn chớp	no flash photography
mở cửa	open
giờ vào thăm	visiting hours

IMPRESSIONS

It's …	**Thật** *tat*
amazing	**ngạc nhiên** *gak ni-uhn*
beautiful	**đẹp** *dep*
bizarre	**kỳ dị** *kì zi*
boring	**chán** *chán*
lots of fun	**quá vui** *kwá voo-i*
interesting	**thú vị** *tóo vi*
magnificent	**tráng lệ/tuyệt diệu** *trág le/too-yit zi-yoh*
romantic	**lãng mạn** *lãg man*
strange	**lạ** *la*
superb	**nguy nga/tuyệt vời** *goo-i ga/too-yit vùr-i*
terrible	**khủng khiếp** *kỏog kí-uhp*
terrific	**tuyệt vời** *too-yit vùr-i*
ugly	**xấu** *sóh*
It's good value.	**Thật đáng giá.** *tat dág za*
It's a rip-off.	**Bán quá đắt.** *bán kwá dát*
I like/don't like it.	**Tôi thích/không thích nó.** *toi tík/kog tík no*

TOURIST GLOSSARY

kiến trúc	*kí-uhn tróok*	architecture
nghệ thuật	*ge too-uht*	art
đồ đồng	*dò dòng*	brassware
nơi an táng	*nur-i an tág*	burial site
thuật viết chữ	*too-uht ví-uht chôor*	calligraphy
thuật làm gốm/đồ gốm	*too-uht làm góm/dò góm*	ceramics/pottery
nhà thờ	*nà tùr*	church
triều đại	*trì-yoh dai*	dynasty
vườn	*vèw-urn*	garden
nghề thủ công	*gè tỏo kog*	handicrafts
bến cảng	*bén kảg*	harbor
địa danh lịch sử	*dia zan lik shỏor*	historical site
ngọc bích	*gok bík*	jade
đồ sơn mài	*dò shurn mà-i*	lacquerware
nhà tưởng niệm	*nà têw-urg ni-uhm*	memorial hall
tu viện	*too vi-uhn*	monastery
đài tưởng niệm	*dả-i têw-urg ni-uhm*	monument
nhà thờ Hồi giáo	*nà tùr hòi zá-o*	mosque
bảo tàng	*bả-o tàg*	museum
chùa	*chòo-a*	pagoda
tranh	*tran*	painting
cung điện	*koog di-uhn*	palace
nghề giấy thủ công	*gè jáy tỏo kog*	papercrafts
sảnh đường	*shản dèw-urg*	pavillion
miếu thờ	*mí-yoh tùr*	shrine
điêu khắc	*di-yoh kák*	sculpture
đền	*dèn*	temple
dệt	*zet*	textiles
mộ	*mo*	tomb
đồ gỗ	*dò gõ*	woodcrafts

Who/What/When?

What's that building?	**Tòa nhà đó là gì?** *twà nà đó là gì*
When was it built?	**Nó được xây lúc nào?** *nó dew-urk sei lóok nà-o*
Who was the artist/architect?	**Ai là kiến trúc sư?** *a-i là ki-uhn tróok shoor*
What style is that?	**Nó thuộc phong cách gì?** *nó toork fog kák gì*

Ho Chi Minh City

The former names of **Hồ Chí Minh** are **Gia Định** and **Sài Gòn**.

Hồ Chí Minh City began as a small fishing village known as Prey Nokor. The area that the city now occupies was originally a swampland and was inhabited by Khmer people for centuries before the arrival of the Vietnamese. It grew to become a trading post and subsequently the main port of the Kingdom of Cambodia.

In 1623, King Chey Chettha II of Cambodia (1618-1628) allowed Vietnamese refugees fleeing from the **Trịnh-Nguyễn** civil war in Vietnam to settle in the area of Prey Nokor and to set up a customs house there. Increasing waves of Vietnamese settlers which the weakened Cambodian kingdom could not impede gradually "vietnamized" the area. In time, Prey Nokor became known as **Sài Gòn**.

In 1698, **Nguyễn Hữu Cảnh**, a Vietnamese noble, was sent by the **Nguyễn** rulers of **Huế** to establish Vietnamese administrative structures in the area, thus detaching the area from Cambodia (which was not strong enough to intervene). He is often credited with the expansion of **Sài Gòn** into a significant settlement.

Conquered by France in 1859, the city was influenced by the French during their colonial occupation of Vietnam and a number of prominent buildings in the city reflect this.

In 1954, the French were defeated by the Communist **Việt Minh** in the Battle of **Điện Biên Phủ** and withdrew from Vietnam. Instead of recognizing the Communists as the new government, they gave their backing to a government established by Emperor **Bảo Đại,** who had set up Saigon as his capital in 1950. When Vietnam was officially partitioned into North Vietnam (the Democratic Republic of Vietnam) and South Vietnam (the Republic of Vietnam), the southern government, led by President **Ngô Đình Diệm**, retained **Sài Gòn** as its capital.

At the conclusion of the Vietnam War in 1975, the city came under control of the North Vietnamese Army and its allies. In the U.S., this event is commonly called the "Fall of Saigon" while in Vietnam, it is hailed as the "Liberation of Saigon."

In 1976, upon the establishment of the unified Socialist Republic of Vietnam, the victorious Communists renamed the city after socialist Vietnam's founding father, **Hồ Chí Minh**. The former name **Sài Gòn** is still used by most Vietnamese, especially in informal contexts. Officially, the term **Sài Gòn** refers only to District One of **Hồ Chí Minh City**.

Hồ Chí Minh City is home to a well-established ethnic Chinese population. The **Chợ Lớn** district serves as its Chinatown.

HA NOI

Ha Noi has been known by many names throughout history. During Chinese domination of Vietnam, it was known as **Tống Bình** and later **Long Đỗ**. In 866, it was turned into a citadel and called **Đại La**.

In 1010, **Lý Thái Tổ**, the first ruler of the **Lý Dynasty,** moved the capital of **Đại Việt** (as Vietnam was then known) to the site of the **Đại La Citadel**. Claiming to have seen a dragon ascending the Red River, he renamed it **Thăng Long** (Ascending Dragon). It remained the capital of Vietnam until 1397, when the capital was moved to **Thanh Hóa**, also known as **Tây Đô** (Western Capital). **Thăng Long** then became **Đông Đô** (Eastern Capital).

In 1408, Vietnam was invaded by Chinese troops from the Ming Dynasty and **Đông Đô** was renamed **Đông Quan** (Eastern Gateway) by the Chinese. In 1428, Vietnam was liberated from Chinese rule by **Lê Lợi**, the founder of the **Lê Dynasty** and **Đông Quan** was renamed **Đông Kinh** (Eastern Capital - the name known to Europeans as Tonkin). During the **Tây Sơn Dynasty**, it was named **Bắc Thành** (Northern Citadel). In 1802, when the **Nguyễn Dynasty** moved the capital to Hueá, it reverted back to the name **Thăng Long** but this time the character for "**Long**" represents prosperity instead of dragon. In 1831, the **Nguyễn Dynasty** renamed it **Hà Nội** (Between Rivers). Ha Noi was occupied by the French in 1873 and became the capital of French Indochina after 1887.

The city was occupied by the Japanese in 1940 and liberated in 1945, when it became the seat of Vietnam's government. From 1946 to 1954 it was the scene of heavy fighting between the French and **Việt Minh** forces. At that point, the city became the capital of an independent North Vietnam.

During the Vietnam War, Ha Noi's transportation facilities were not disrupted by the bombing of bridges and railways. The roads and passageways were always mended immediately. Following the end of the war, Ha Noi became the capital of all Vietnam when North and South Vietnam were united on July 2, 1975.

HUE

Huế originally rose to prominence as the capital of the **Nguyễn** family, a feudal dynasty which dominated much of (what was at that time) Southern Vietnam. In 1802, **Nguyễn Phúc Ánh** (later Emperor Gia Long) succeeded in establishing his control over the whole of Vietnam, thereby making **Huế** the national capital. It retained this status until 1945, when Emperor **Bảo Đại** abdicated and a Communist government was established in **Hà Nội** in the north. While **Bảo Đại** was briefly proclaimed "Head of State" again in 1949 (despite the lack of recognition from the Communists), his new capital was **Sài Gòn** in the south.

In the Vietnam War, **Huế's** central position placed it very near the border between North and South Vietnam. After the war's conclusion, many of the historic features of **Huế** were neglected, being seen by the victorious Communists as a "relic of the feudal system". There has since been a change of policy and some parts of this historic city have undergone restoration and repairs.

Religion

Vietnam is officially atheist, yet recently, liberal religious worship has once again been permitted. Many temples, some with their own monks and novices, have been allowed to reopen. The most widely practiced religions are Buddhism, Islam, Catholicism and Protestantism. However, only atheists are allowed to become members of the Vietnamese Communist Party which precludes large numbers of people. Buddhism found its way into Vietnam in the second century A.D. and became the most influential religion in Vietnam. Islam was introduced to Vietnam in the late 19th century. Followers of Protestantism and Catholicism are mainly concentrated in large cities like **Thanh Hóa, Thái Bình, Hà Nội, Tây Ninh, Bạc Liêu**, etc. There are also some followers of Taoism in Vietnam.

Catholic/Protestant church	**nhà thờ Công Giáo/đạo Tin lành** *nà từr kog zá-o/dao tin làn*
mosque	**nhà thờ Hồi giáo** *nà từr hòi zá-o*
synagogue	**giáo đường Do thái** *zá-o dèw-urg zo tá-i*
What time is …?	**… lúc mấy giờ?** *… lóok máy jùr?*
mass	**tập trung** *tap troog*
the service	**đi lễ** *di lẽ*

In the countryside

I'd like a map of this region.	**Tôi muốn bản đồ khu vực này.** *toi móorn bản dò koo voork này*
walking routes	**lối đi bộ** *lói di bo*
cycle routes	**lối xe đạp** *lói se dap*
How far is it to …?	**Đến … cách bao xa?** *dén … kák bao sa?*
Is there a right of way?	**Có quyền đi không?** *kó kwoo-ìn di kog?*
Is there a trail to …?	**Có đường mòn đến … không?** *kó dèw-urg mòn dén … kog*
Is there a scenic route to …?	**Có lối đi ngắm cảnh đến … không?** *kó lói di gám kản dén … kog*

Can you show me on the map?	**Bạn có thể chỉ vị trí của tôi trên bản đồ không?**
	ban kó tẻ chỉ vi trí kỏo-a toi tren bản dò kog
I'm lost.	**Tôi bị lạc.** *toi bi lak*

Organized walks

When does the guided walk/hike start?	**Chuyến đi bộ đường dài/đi bộ có hướng dẫn bắt đầu khi nào?**
	choo-ín di bo dèw-urg zà-i/di bo kó héw-urg zăn bát dòh ki nà-o
When will we return?	**Chúng ta sẽ quay về khi nào?**
	chóog ta shẽ kway vè ki nà-o
What is the walk/hike like?	**Chuyến đi bộ/đi bộ đường dài như thế nào?**
	choo-ín di bo/di bo dèw-urg zà-i noor te nà-o
gentle/medium/tough	**nhẹ nhàng/trung bình/mệt**
	ne nàg/troog bìn/met
I'm exhausted.	**Tôi mệt lử.** *toi met lỏor*
How long are we resting here?	**Chúng ta nghỉ ở đây bao lâu?**
	chóog ta gỉ ủr day bao loh
What kind of ... is that?	**... đó thuộc loại gì?**
	... dó toork lwai gì
animal/bird	**con vật/con chim** *kon vat/kon chim*
flower/tree	**bông hoa/cây** *bog hwa/kay*

Geographic features

bridge	**cây cầu** _kay kòh_
cave	**hang động** _hag dog_
cliff	**vách đá** _vák dá_
farm	**nông trang** _nog trag_
field	**cánh đồng** _kán dòg_
footpath	**vỉa hè** _vỉ-a hè_
forest	**rừng** _ròorg_
hill	**đồi** _dòi_
lake	**hồ** _hò_
mountain	**núi** _nóo-i_
mountain pass	**đèo** _dèh-ao_
mountain range	**dãy núi** _zãy nóo-i_
nature reserve	**khu bảo tồn tự nhiên** _koo bả-o tòn toor ni-uhn_
panorama	**toàn cảnh** _twàn kản_
park	**công viên** _kog vi-uhn_
peak	**đỉnh** _ditn_
picnic area	**khu dã ngoại** _koo zã gwai_
pond	**ao** _ao_
rapids	**ghềnh** _gèn_
river	**sông** _shog_
sea	**biển** _bỉ-uhn_
stream	**suối** _shóor-i_
valley	**thung lũng** _toog lõog_
viewpoint	**điểm nhìn** _dỉ-uhm nìn_
village	**làng** _làg_
vineyard/winery	**vườn nho/nhà máy rượu vang** _vèw-urn no/nà máy rew-uru vag_
waterfall	**thác** _ták_
wood	**rừng gỗ** _ròorg gõ_

LEISURE

EVENTS

You can check newspapers and magazines for information on local events.
Publications in English are available in hotels and newsstands in most
cities. Your hotel can also provide you with information on local events.

Do you have a program of events?	**Bạn có chương trình sự kiện không?** *ban kó chew-urg trìn shoor ki-uhn kog*
Can you recommend a good …?	**Bạn có thể giới thiệu một … hay không?** *ban kó tẻ júr-i ti-yoh mot … hay kog*
ballet	**vở ba-lê** *vủr ba-le*
concert	**buổi hòa nhạc** *bỏor-i hwà nak*
film/movie	**bộ phim** *bo fim*
opera	**buổi nhạc kịch** *bỏor-i nak kik*

AVAILABILITY

When does it start?	**Bắt đầu khi nào?** *bát dòh ki nà-o*
When does it end?	**Kết thúc khi nào?** *két tóok ki nà-o*
Are there any seats for tonight?	**Còn ghế tối này không?** *kòn gé tói nay kog*
Where can I get tickets?	**Tôi có thể mua vé ở đâu?** *toi kó tẻ moo-a vé ủr doh*
There are … of us.	**Chúng tôi có … người.** *chóog toi kó … gèw-ur-i*

TICKETS

How much are the seats?	**Các vé giá bao nhiêu?** *kák vé zá bao ni-yoh*
Do you have anything cheaper?	**Có vé nào rẻ hơn không?** *kó vé nà-o rẻ hurn kog*
I'd like to reserve …	**Tôi muốn đặt trước …** *toi móorn dat tréw-urk …*

three for Sunday evening	**ba vé vào tối Chủ nhật**
	ba vé và-o tói chỏo nat
one ticket for Friday	**một vé vào thứ Sáu**
	mot vé và-o tóor shá-oo
matinée	**buổi biểu diễn chiều**
	bỏor-i bỉ-yoh zĩ-uhn chì-yoh
May I have a program?	**Vui lòng cho tôi xem chương trình?**
	voo-i lòg cho toi sem chew-urg trìn
Where's the coatcheck?	**Phòng giữ mũ áo ở đâu?**
[cloakroom]	*fòg jõor mõo á-o ửr doh*

YOU MAY HEAR

... tẻ tin zoog kỏo-a ban là gì?	What's your credit card ...
shó	number?
lwai	type
gày hét han	expiration [expiry] date
Voo-i lòg láy vé ...	Please pick up the tickets ...
lóok ... jùr chì-yoh	by ... p.m.
tai kwày dat vé	at the reservations desk

YOU MAY SEE

đặt trước	advance bookings
đã hết vé	sold out
vé hôm nay	tickets for today

Vietnamese theater

Traditional Vietnamese opera-theater, including the famous Vietnamese operas called **tuồng**, provides spectacular performances. It is a combination of singing, dance, pantomime and martial arts. There are over 200 different kinds of opera performed all over Vietnam. All have their own traditions and characteristics in terms of costume, setting, music and performance style. Such performances are well worth a visit and although you will certainly not understand all of the actors' gestures and words, the sheer rhythm, colors, mime, and music will guarantee a memorable experience.

Another theater form called water puppetry is unique to Vietnam.

MOVIES [CINEMA]

English-language films are generally shown with Vietnamese subtitles. There is one TV channel in English and five in Vietnamese. You may also find it interesting (despite the language problem) to watch a little state-run television where you will find soap operas, news bulletins, Vietnamese operas, films and sporting events.

Is there a movie theater [cinema] near here?	**Có rạp chiếu phim gần đây không?** *kó rạp chí-yoh fim gàn day kog*
What's playing at the movies [on at the cinema] tonight?	**Tối này ở rạp chiếu phim gì?** *toi nay ử rạp chí-yoh fim gì*
Is the film dubbed/subtitled?	**Phim có được lồng tiếng/phụ đề không?** *fim kó dew-urk lòg tí-uhg/foo dè kog*
Is the film in the original English?	**Phim nguyên bản tiếng Anh là gì?** *fim goo-in bản tí-uhg an là gi*
A ..., please.	**Cho một ....** *cho mot ....*
box [carton] of popcorn	**gói ngô rang** *gói go rag*
chocolate ice cream	**que kem sôcôla** *kwe kem shokola*
hot dog	**xúc xích kẹp bánh mì** *sóok sík kep bàn mì*
soft drink	**nước ngọt** *new-úrk got*
small/regular/large	**loại nhỏ/thường/lớn** *lwai nỏ/tèw-urg/lúrn*

THEATER

What's playing at the ... Theater?	**Nhà hát đang biểu diễn gì?** *nà hát dag bỉ-yoh zĩ-uhn gì*
Who's the playwright?	**Ai là nhà viết kịch?** *a-i là nà ví-uht kik*
Do you think I'd enjoy it?	**Bạn nghĩ tôi có thích nó không?** *ban gĩ toi kó tík nó kog*
I don't know much Vietnamese.	**Tôi không biết nhiều tiếng Việt.** *toi kog bí-uht nì-yoh tí-uhg vi-uht*

OPERA/BALLET/DANCE

| Where's the opera house? | **Nhà hát lớn ở đâu?** |
| | *nà hát lúrn úr doh* |

| Who's the composer/soloist? | **Ai là nhà soạn nhạc/nghệ sĩ độc diễn?** |
| | *a-i là nà shwan nak/ge shi dok zĩ-uhn* |

| Is formal dress expected? | **Có cần ăn mặc trang trọng không?** |
| | *kó kàn an mak trag trog kog* |

| Who's dancing? | **Ai đang nhảy?** *a-i dag nảy* |

| I'm interested in contemporary dance. | **Tôi thích điệu nhảy hiện đại.** |
| | *toi tík di-yoh nảy hi-uhn dai* |

MUSIC/CONCERTS

| Where's the concert hall? | **Phòng hòa nhạc ở đâu?** |
| | *fòg hwà nak úr doh* |

| Which orchestra/band is playing? | **Dàn nhạc/ban nhạc nào đang chơi?** |
| | *zàn nak/ban nak nà-o dag chur-i* |

| What are they playing? | **Họ đang chơi bản gì?** |
| | *ho dag chur-i bản gì* |

| Who is the conductor/soloist? | **Nhạc trưởng/nghệ sĩ độc tấu là ai?** |
| | *nak trẻw-urg/ge shĩ dok tóh là a-i* |

| Who is the support band? | **Ban nhạc đệm là ai?** |
| | *ban nak dem là a-i* |

| I really like … | **Tôi thực sự thích …** |
| | *toi toork shoor tík …* |

| folk music/country music | **nhạc dân gian/nhạc đồng quê** |
| | *nak zan jan/nak dòg kwe* |

| jazz | **nhạc jazz** *nak jazz* |

| music of the '60s | **nhạc những năm 60** |
| | *nak nõorg nam sá-oo mew-ur-i* |

| pop/rock music | **nhạc pop/rock** *nak pop/rók* |

| soul music | **nhạc soul** *nak soul* |

| Have you ever heard of her/him? | **Bạn đã từng nghe nghệ sĩ ấy chưa?** |
| | *ban dã toorg ge ge shĩ.áy kur-a* |

| Are they popular? | **Họ nổi tiếng không?** |
| | *ho nổi tí-uhg kog* |

NIGHTLIFE

What is there to do in the evenings?	**Vào buổi tối có thể làm gì?**	*và-o bỏori tối kó tẻ làm gì*
Can you recommend a …?	**Bạn có thể giới thiệu một …?**	*ban kó tẻ júr-i ti-yoh mot …*
Is there a … in town?	**Có … trong thành phố không?**	*kó … trog tàn fó kog*
bar/restaurant	**quán rượu/nhà hàng**	*kwán rew-uru/nà hàg*
casino	**sòng bạc**	*shòg bak*
discotheque	**sàn nhảy**	*shàn nảy*
gay club	**câu lạc bộ đồng giới**	*koh lak bo dòg júr-i*
nightclub	**câu lạc bộ đêm**	*koh lak bo dem*
What type of music do they play?	**Họ chơi loại nhạc gì thế?**	*ho chur-i lwai nak gì té*
How do I get there?	**Tôi đến đó như thế nào?**	*toi dén dó noor té nà-o*

ADMISSION

What time does the show start?	**Buổi diễn bắt đầu lúc mấy giờ?**	*bỏori zĩ-uhn bát dòh lóok máy jùr*
Is evening dress required?	**Có bắt buộc mặc áo dạ hội không?**	*kó bát boork mak á-o za hoi kog*
Is there a cover charge?	**Có tiền phụ ngoài ăn uống không?**	*kó tì-uhn foo gwà-i an óorg kog*
Is a reservation necessary?	**Có cần đặt trước không?**	*kó kàn dat tréw-urk kog?*
Do we need to be members?	**Chúng tôi có cần phải là thành viên không?**	*chóog toi kó kàn fải là tàn vi-uhn kog*
Is it customary to dine there?	**Dùng bữa ở đó là theo truyền thống phải không?**	*zòog bũr-a ửr dó là teh-ao troo-ìn tóg fải kog*
How long will we have to stand in line [queue]?	**Chúng tôi phải xếp hàng bao lâu nữa?**	*chóog toi fải sép hàg bao loh nữr-a*
I'd like a good table.	**Tôi muốn một bàn tử tế.**	*toi móorn mot bàn tỏor te*

bao gồm một	includes one
đồ uống mời	complimentary drink

CHILDREN

Can you recommend
something for the
children?

**Bạn có thể giới thiệu một số thứ cho trẻ
em không?**
*ban kó tẻ júr-i ti-yoh mot shó tóor cho trẻ
em kog*

Are there changing
facilities here for babies?

**Có dụng cụ thay đổi cho trẻ em ở đây
không?**
kó zoog koo tay dổi cho trẻ em ủr dai kog

Where are the bathrooms
[toilets]?

Phòng tắm [nhà vệ sinh] ở đâu?
fòg tam [nà ve shin] ủr doh

amusement arcade

gian giải trí *zan zả-i trí*

fairground

chợ phiên *chur fi-uhn*

kiddy [paddling] pool

bể bơi trẻ em *bẻ bur-i trẻ em*

playground

sân chơi *shan chur-i*

playgroup

nhóm chơi *nóm chur-i*

zoo

sở thú *shử tóo*

Baby-sitting

Can you recommend a
reliable baby-sitter?

**Bạn có thể giới thiệu một nơi trông trẻ
đáng tin cậy không?**
*ban kó tẻ júr-i ti-yoh mot nur-i trog trẻ dág
tin kay kog*

Is there constant
supervision?

Có sự trông nom thường xuyên không?
kó shoor trog nom tèw-urg soo-in kog

Is the staff properly
trained?

Nhân viên được đào tạo chính thức không?
nan vi-uhn dew-urk dà-o ta-o chín tóork kog

When can I drop
them off?

Tôi có thể thả chúng xuống ở đâu?
toi kó tẻ tả chóog sóorg ủr doh

I'll pick them up at …

Tôi sẽ đón chúng lúc …
toi shẽ dón chóog lóok …

We'll be back by …	**Chúng tôi sẽ quay lại lúc …** *chóog toi shẽ kway lai lóok …*
She's 3 and he's 18 months.	**Bé gái 3 tháng tuổi và bé trai 18 tháng tuổi.** *bé gái ba tág tôori và bé trai mèw-ur-I tám tág tôori*

SPORTS

The most popular game in Vietnam is soccer which the locals absolutely love and rave about. Other popular sports are table tennis, badminton, tennis, volleyball and basketball. Some sports like dragon boating and buffalo fights are held during special occasions.

There is also a system of martial arts and well being based on the feminine-masculine theory (Taiji). It primarily consists of a sequence of body movements in a set routine, incorporating some visualization and breathing exercises. The slow, circular, fluid movements give the impression of shadow boxing. At dawn you may see many older people practicing this graceful sport/art in parks.

aerobics	**thể dục nhịp điệu** *tẻ zook nip di-yoh*
angling [fishing]	**câu cá** *koh ká*
archery	**bắn cung** *bán koog*
athletics	**điền kinh** *di-uhn kin*
badminton	**cầu lông** *kòh log*
handball	**bóng ném** *bóg ném*
basketball	**bóng rổ** *bóg rỏ*
boxing	**đấm bốc** *dám bók*
canoeing	**bơi xuồng** *bur-i sòorg*
cycling	**đạp xe** *dap se*
gliding	**bay lượn** *bay lew-urn*
motor racing	**đua xe** *doo-a se*
golf	**chơi gôn** *chur-i gon*
hockey	**khúc côn cầu** *kóok kon kòh*
horse racing	**đua ngựa** *doo-a gur-a*
judo	**võ judo** *võ joodo*
mountaineering	**leo núi** *leh-ao nóo-i*

rock climbing	**leo đá** *leh-ao dá*
rowing	**chèo thuyền** *chèh-ao too-ìn*
rugby	**bóng bầu dục** *bóg bàh zook*
snooker	**chơi bi-da** *chur-i bi-za*
soccer [football]	**bóng đá** *bóg dá*
squash	**bóng quần** *bóg kwàn*
swimming	**bơi lội** *bur-i loi*
table tennis	**bóng bàn** *bóg bàn*
tennis	**quần vợt** *kwàn vurt*
volleyball	**bóng chuyền** *bóg choo-ìn*

Spectating

Is there a soccer [football] game [match] this Saturday?	**Có trận đá bóng thứ Bảy này không?** *kó tran dá bóg tóor bảy này kog*
Which teams are playing?	**Đội nào đang chơi?** *doi nà-o dag chur-i*
Can you get me a ticket?	**Bạn có thể lấy vé cho tôi không?** *ban kó tẻ lay vé cho toi kog*
What's the admission charge?	**Vé vào cửa bao nhiêu?** *vé và-o kửr-a bao ni-yoh*
Where's the racetrack [racecourse]?	**Trường đua ngựa ở đâu?** *trèw-urg doo-a gur-a ửr doh*
Where can I place a bet?	**Tôi có thể cá cược ở đâu?** *toi kó tẻ ká kew-urk ửr doh*
What are the odds on …?	**Tỉ lệ cá cược vào … là gì?** *tỉ le ká kew-urk và-o … là gì*

Playing

Where's the nearest …?	**… gần nhất ở đâu?** *… gàn nát ửr doh?*
golf course	**sân gôn** *shan gon*
sports club	**câu lạc bộ thể thao** *koh lak bo tẻ tao*
Where are the tennis courts?	**Sân quần vợt ở đâu?** *shan kwàn vurt ửr doh*

What's the charge per ...?	**Giá mỗi ... là bao nhiêu?** *zá mỗi ... là bao ni-yoh*
day/round/hour	**ngày/lượt/giờ** *gày/lew-urt/jùr*
Do I need to be a member?	**Tôi có cần là thành viên không?** *toi kó kàn là tàn vi-uhn kog*
Where can I rent ...?	**Tôi có thể thuê ... ở đâu?** *toi kó tẻ too-ei ... ửr doh*
boots	**giày** *jày*
clubs	**câu lạc bộ** *koh lak bo*
equipment	**thiết bị** *ti-uht bi*
racket	**vợt** *vurt*
Can I take lessons?	**Tôi có thể học ở đâu?** *toi kó tẻ hok ửr doh*
Do you have a fitness room?	**Bạn có phòng tập không?** *ban kó fòg tap kog*
Can I join in?	**Tôi có thể tham gia không?** *toi kó tẻ tam ja kog*

YOU MAY HEAR

Toi sin lỗi. Chóog toi dã het chỗ.	I'm sorry, we're booked.
Kó dat kok kỏo-a ...	There is a deposit of ...
Kík téw-urk kỏo-a ban là gì?	What size are you?
Ban kàn mot ản ho chí-yoh.	You need a passport-size photo.

YOU MAY SEE

phòng thay đồ	changing rooms
cấm câu cá	no fishing
chỉ dành cho người được phép	permit holders only

At the beach

The best time for swimming is from May to early July. Vietnam has numerous beaches patrolled by lifeguards. The beaches here are often uncrowded during the week, but become very crowded on weekends and holidays.

Is the beach pebbly/sandy?	**Bãi biển có đá sỏi/cát không?** *bãi bie-uhn kó dá shô-i/kát kog*
Is there a … here?	**Có … ở đây không?** *kó … ử day kog*
children's pool	**bể bơi trẻ em** *bể bur-i trẻ em*
swimming pool	**hồ bơi** *hò bur-i*
indoor/open-air	**trong nhà/ngoài trời** *trog nà/gwà-i trùr-i*
Is it safe to swim/dive here?	**Bơi/lặn ở đây an toàn không?** *bur-i/lan ử dai an twàn kog*
Is it safe for children?	**Có an toàn cho trẻ em không?** *kó an twàn cho trẻ em kog*
Is there a lifeguard?	**Có người cứu hộ không?** *kó gèw-ur-i kúr-ew ho kog*
I want to rent a/some …	**Tôi muốn thuê một/một số …** *toi móorn too-ei mot/mot shó …*
deck chair	**ghế võng** *gé võg*
jet ski	**ván trượt** *ván trew-urt*
motorboat	**xuồng máy** *sòorg máy*
diving equipment	**thiết bị lặn** *tí-uht bi lan*
umbrella [sunshade]	**dù** *zòo*
surfboard	**ván lướt sóng** *ván léw-urt shóg*
waterskiis	**ván lướt nước** *ván léw-urt new-úrk*
For … hours.	**Trong … giờ.** *trog … jùr*

MAKING FRIENDS

INTRODUCTIONS

When you walk down the street, it is not surprising to see the locals smiling at you in a friendly way. A smile is your best gesture in expressing goodwill in Vietnam. It's important to constantly practice humility and tolerance in heated situations.

Hello, we haven't met.	**Xin chào, chúng ta chưa gặp nhau.** *sin chào, chóog ta chur-a gap na-oo*
My name is …	**Tên tôi là …** *ten toi là …*
May I introduce …?	**Tôi có thể giới thiệu … không?** *toi ko tẻ júr-i ti-yoh … kog*
Pleased to meet you.	**Rất vui được làm quen.** *rát voo-i dew-urk làm kwen*
What's your name?	**Tên bạn là gì?** *ten ban là gì*
What's your full name? (polite form)	**Tên đầy đủ của bạn là gì?** *ten dày dỏo kỏo-a ban là gì*
How are you?	**Bạn khỏe không?** *ban kwẻh kog*
Fine, thanks. And you?	**Vẫn khỏe, cám ơn. Còn bạn?** *vãn kwẻh kám urn kòn ban*

WHERE ARE YOU FROM?

Where do you come from?	**Bạn từ đâu đến?** *ban tòor doh dén*
Where were you born?	**Bạn sinh ra ở đâu?** *ban shin ra ủr doh*
I'm from …	**Tôi đến từ …** *toi dén tòor …*
Australia	**Úc** *óok*
Britain	**Anh** *an*
Canada	**Canada** *kanada*
England	**Anh** *an*
Ireland	**Ireland** *ai len*
Japan	**Nhật Bản** *nat bản*
Korea	**Triều Tiên** *trì-yoh ti-uhn*
Scotland	**Scotland** *s-cót-len*
the United States	**Mỹ** *mĩ*

Vietnam	**Việt Nam**	*vi-uht nam*
Wales	**xứ Wales**	*sóor goo-ew*
Where do you live?	**Bạn sống ở đâu?**	*ban shóg ủr doh*
What part of … are you from?	**Bạn đến từ khu vực nào của … ?** *ban đén tòor koo voork nào kỏo-a …*	
We come here every year.	**Chúng tôi đến đây hàng năm.** *chóog toi đén day hàg nam*	
It's my/our first visit.	**Đây là chuyến thăm đầu tiên của tôi/ chúng tôi.** *day là choo-ín tam dòh ti-uhn kỏo-a toi/chóog toi*	
Have you ever been to …?	**Bạn đã bao giờ đến … chưa?** *ban dã bao jùr đén … chur-a*	
the U.K./the U.S.	**vương quốc Anh/Mỹ**	*vew-urg kwók an/mi*
Do you like it here?	**Bạn có thích ở đây không?** *ban kó tík ủr day kog*	
What do you think of the …?	**Bạn nghĩ thế nào về … ?** *ban gĩ té nào vè …*	
I love the … here.	**Tôi thích … ở đây.**	*toi tík … ủr day*
I don't really like the … here.	**Tôi không thích … ở đây lắm.** *toi kog tík … ủr day lám*	
food/people	**thức ăn/con người**	*tóork an/kon gèw-ur-i*

WHO ARE YOU WITH?

Who are you with?	**Bạn đi với ai?**	*ban di vúr-i a-i*
I'm on my own.	**Tôi đi một mình.**	*toi di mot mìn*
I'm with a friend.	**Tôi đi với bạn.**	*toi di vúr-i ban*
I'm with my …	**Tôi đi với … tôi.**	*toi di vúr-i … toi*
husband/wife	**chồng/vợ**	*chòg/vur*
family	**gia đình**	*za dìn*
children/parents	**con/bố mẹ**	*kon/bó me*
boyfriend/girlfriend	**bạn trai/bạn gái**	*ban trai/ban gá-i*
father/son	**cha/con trai**	*cha/kon trai*
mother/daughter	**mẹ/con gái**	*me/kon gá-i*

| brother/uncle | **anh (em) trai/bác (chú, cậu)** |
| | *an (em) trai/bák (chóo, koh)* |

* A younger brother is '**em trai**'. An older brother is '**anh trai**'

| sister/aunt | **chị (em) gái/dì (cô, mợ)** |
| | *chi (em) gá-i/zì (ko, mur)* |

* A younger sister is '**em gái**'. An older sister is '**chị gái**'

What's your son's/	**Tên con trai/vợ bạn là gì?**
wife's name?	*ten kon trai/vur ban là gì*
Are you married?	**Bạn kết hôn chưa?** *ban két hon chur-a*
I'm ...	**Tôi ...** *toi ...*
married/single	**đã kết hôn/độc thân** *dã két hon/dok tan*
divorced/separated	**đã ly hôn/ly thân** *dã li hon/li tan*
engaged	**đã đính hôn** *dã dín hon*
We live together.	**Chúng tôi sống với nhau.**
	chóog toi shóg vứr-i na-oo
Do you have any children?	**Bạn có con cái chưa?** *ban kó kon ká-i chur-a*
I have two boys and a girl.	**Tôi có hai cháu trai và một bé gái.**
	toi kó hai chá-oo trai và mot bé gá-i
How old are they?	**Chúng lên mấy tuổi rồi?**
	chóog len máy tỏor-i ròi
They're 10 and 12.	**Chúng lên 10 và 12.**
	chóog len mèw-ur-i và mèw-ur-I hai

WHAT DO YOU DO?

What do you do?	**Bạn làm nghề gì?** *ban làm gè gì*
What are you studying?	**Bạn đang học gì?** *ban dag hok gì*
I'm studying ...	**Tôi đang học ...** *toi dag hok ...*
I'm in ...	**Tôi ...** *toi ...*
business	**kinh doanh** *kin zwan*
engineering	**(là/học nghề) kỹ sư** *(là/hok gè) kĩ shoor*
retail	**buôn bán lẻ** *boorn bán lẻ*
sales	**bán hàng** *bán hàng*
Who do you work for ...?	**Bạn làm việc cho ai?** *ban làm vi-uhk cho ai*
I work for ...	**Tôi làm việc cho ...** *toi làm vi-uhk cho ...*

English	Vietnamese	Pronunciation
I'm (a/an) …	**Tôi là …**	*toi là …*
accountant	**kế toán**	*ké twán*
housewife	**nội trợ**	*noi trur*
student	**sinh viên**	*shin vi-uhn*
I'm retired.	**Tôi đã nghỉ hưu.**	*toi dã gỉ hur-ew*
I'm self-employed.	**Tôi tự làm chủ.**	*toi toor làm chỏo*
I'm between jobs.	**Tôi thất nghiệp.**	*toi tát gi-uhp*
What are your interests/ hobbies?	**Sở thích/thói quen của bạn là gì?**	*shửr tik/tói kwen kỏo-a ban là gì*
I like …	**Tôi thích …**	*toi tík …*
music	**âm nhạc**	*am nak*
reading	**đọc sách**	*dok shák*
sports	**thể thao**	*tẻ tao*
I play …	**Tôi chơi …**	*toi chur-i …*
Would you like to play …?	**Bạn muốn chơi … không?**	*ban móorn chur-i … kog*
cards	**bài**	*bài*
chess	**cờ vua**	*kùr voo-a*

WHAT WEATHER!

What a lovely day!	**Thật là một ngày đẹp trời!** *tat là mot gày dep trừr-i*
What awful weather!	**Thời tiết thật khó chịu!** *từr-i tí-uht tat kó chew*
Isn't it cold/hot today!	**Hôm này thật lạnh/nóng!** *hom nay tat lan/nóg*
Is it usually this warm?	**Trời có hay ấm thế này không?** *trừr-i kó hay ám té này kog*
Do you think it's going to ... tomorrow?	**Bạn nghĩ ngày mai trời sẽ ... không?** *ban gĩ gày mai trừr-i shẽ ... kog*
be a nice day	**là ngày đẹp trời** *là gày dep trừr-i*
rain	**mưa** *mur-a*
snow	**tuyết** *too-yít*
What is the weather forecast for tomorrow?	**Dự báo thời tiết ngày mai là gì?** *zoor bá-o từr-i tí-uht gày mai là gì*
cloudy	**mây** *mai*
foggy	**sương mù** *shew-urg mòo*
frosty	**sương giá** *shew-urg zá*
icy	**có băng** *kó bag*
stormy	**bão** *bã-o*
windy	**gió** *jó*
It's raining.	**Trời đang mưa.** *trừr-i dag mur-a*
It's snowing.	**Trời đang có tuyết.** *trừr-i dag kó too-yít*
It's sunny.	**Trời đang nắng.** *trừr-i dag nág.*
Has the weather been like this for long?	**Thời tiết như thế này có lâu không?** *từr-i tí-uht noor té nay kó loh kog*
What's the pollen count?	**Độ ẩm là bao nhiêu?** *do ẩm là bao ni-yoh*
high/medium/low	**cao/trung bình/thấp** *kao/troog bìn/táp*

YOU MAY HEAR

zoor bá-o từr-i tí-uht	weather forecast

Ban dag di gỉ fải kog?	Are you on vacation?
Ban dén day noor té nà-o?	How did you get/travel here?
Ban dag gỉ ử doh?	Where are you staying?
Ban dã ử day bao loh rò-i?	How long have you been here?
Ban gỉ ử day bao loh?	How long are you staying?
Cho dén nay, ban dã làm nõorg gì?	What have you done so far?
Ban din di doh tí-uhp teh-ao?	Where are you going next?
Ban kó tík ka gỉ kảo-a mìn kog?	Are you enjoying your vacation?

ENJOYING YOUR TRIP?

I'm here on …	**Tôi đến đây để …** *toi dén day dể …*
a business trip	**kinh doanh** *kin zwan*
vacation [holiday]	**nghỉ ngơi** *gỉ gur-i*
We came by …	**Chúng tôi đến bằng …** *chóog toi dén bàg*
train/bus/plane	**tàu/xe buýt/máy bay** *tà-oo/se boo-ít/máy bay*
car/ferry	**xe ôtô/phà** *se oto/fà*
I have a rented car.	**Tôi có xe cho thuê.** *toi kó se cho too-ei*
We're staying …	**Chúng tôi đang nghỉ …** *chóog toi dag gỉ …*
in an apartment	**tại một căn hộ** *tai mot kan ho*
at a hotel/campsite	**tại khách sạn/địa điểm cắm trại** *tai kák shan/di-a dỉ-uhm kám trai*
with friends	**với bạn bè** *vúr-i ban bè*
Can you suggest …?	**Bạn có thể gợi ý … không?** *ban kó tể gur-i í … kog*
things to do	**làm những gì** *làm nõorg gì*
places to eat	**ăn ở đâu** *an ử doh*
places to visit	**tham quan ở đâu** *tam kwan ử doh*
We're having a great/ terrible time.	**Chúng tôi đang có khoảng thời gian tuyệt vời/tồi tệ.** *chóog toi dag kó kwẳg tùr-i jan too-yit vùr-i/tò-i te*

INVITATIONS

Would you like to have dinner with us on …?
Bạn muốn dùng bữa tối với chúng tôi vào … không?
ban móorn zòog bữr-a tói vúr-i chóog toi và-o … kog

Are you free for lunch?
Bạn rỗi để đi ăn trưa chứ?
ban rõ-i dẻ di an trur-a chóor

Can you come for a drink this evening?
Bạn đến uống tối này chứ?
ban dén óorg tó-i nay chóor

We are having a party.
Chúng tôi sẽ có một bữa tiệc.
chóog toi shẽ ko mot bữr-a ti-uhk

Can you come?
Bạn có thể đến không?
ban kó tẻ dén kog

May we join you?
Chúng tôi có thể tham gia không?
chóog toi kó tẻ tam za kog

Would you like to join us?
Bạn có muốn tham gia với chúng tôi không?
ban kó móorn tam za vuùr-i chóog toi kog

GOING OUT

What are your plans for …?
Kế hoạch cho … của bạn là gì?
ké hwak cho … kỏa-a ban là gì

today/tonight
hôm nay/tối nay *hom nay/tói nay*

tomorrow
ngày mai *gày mai*

Are you free this evening?
Bạn rỗi tối nay không?
ban rỗi tói nay kog

Would you like to …?
Bạn muốn … không?
ban móorn … kog

go dancing
nhảy *nảy*

go for a drink
đi uống *di óorg*

go out for a meal
đi ăn ngoài *di an gwà-i*

go for a walk
đi dạo *di zao*

go shopping
đi mua sắm *di moo-a shám*

I'd like to go to …
Tôi muốn đi đến … *toi móorn di dén …*

I'd like to see …
Tôi muốn xem … *toi móorn sem …*

Do you enjoy …?
Bạn có thích … không? *ban kó tík … kog*

Accepting/Declining

Great. I'd love to.   **Tuyệt. Tôi muốn.** *too-yit toi móorn*

Thank you, but I'm busy.   **Cám ơn nhưng tôi bận rồi.**
kám urn noorg toi ban rò-i

May I bring a friend?   **Tôi có thể mang theo bạn không?**
toi kó tẻ mag teh-ao ban kog

Where shall we meet?   **Chúng ta sẽ gặp nhau ở đâu?**
chóog ta shẽ gap na-oo ửr doh

I'll meet you in front of your hotel.   **Tôi sẽ gặp bạn trước khách sạn.**
toi shẽ gap ban trẻw-urk kák shan

I'll pick you up at 8.   **Tôi sẽ gọi cho bạn lúc 8 giờ.**
toi shẽ goi cho ban lóok tám jùr

Could we make it a bit ... ?   **Liệu chúng ta có thể gặp hơi ... không?**
li-yoh chóog ta kó tẻ gap hur-i ... kog

later/earlier   **muộn hơn/sớm hơn** *moorn hurn/shúrm hurn*

How about another day?   **Ngày khác được không?**
gày kák dew-urk kog

That will be fine.   **Thế cũng được.** *té kõog dew-urk*

Dining out/in

If you are invited to someone's home, always bring a gift but avoid objects that are deemed unlucky. These includes clocks, white or black based objects and sharp implements.

Let me buy you a drink.   **Hãy để tôi mời bạn đồ uống.**
hãy dẻ toi mùr-i ban dò óorg

Do you like ...?   **Bạn thích ... không?** *ban tík ... kog*

What are you going to have?   **Bạn sẽ dùng gì?**
ban shẽ zòog gì

That was a lovely meal.   **Bữa ăn thật ngon.**
bữr-a an tat gon

ENCOUNTERS

Do you mind if …? **Bạn có phiền nếu … không?**
ban kó fi-uhn néw … kog

I sit here/I smoke **Tôi ngồi đây/tôi hút thuốc**
toi gòi day/toi hóot tóork

Can I get you a drink? **Tôi có thể mời bạn cốc nước chứ?**
toi kó tẻ mùr-i ban kók new-úrk chóor

I'd love to have some company. **Tôi rất vui được đi cùng.**
toi rát voo-i dew-urk di kòog

Why are you laughing? **Vì sao bạn cười?**
vì shao ban kèw-ur-i

Is my Vietnamese that bad? **Tiếng Việt của tôi tệ thế ư?**
ti-uhg vi-uht kỏa toi te té oor

Shall we go somewhere quieter? **Chúng ta nên đi đâu đó … yên tĩnh hơn không?**
chóog ta nen di doh đó … i-uhn tĩn hurn kog

Leave me alone, please! **Xin hãy để tôi yên!**
sin hãy dẻ toi i-uhn

You look great! **Bạn trông thật tuyệt!**
ban trog tat too-yit

Would you like to come back with me? **Bạn có muốn quay trở lại với tôi không?**
ban kó móorn kway trủr lai vúr-i toi kog

I'm not ready for that. **Tôi chưa sẵn sàng cho điều đó.**
toi kur-a shãn shag cho dì-yoh đó

I'm afraid we've got to leave now. **Tôi e là chúng ta phải chia tay bây giờ.**
toi e là chóog ta fải chi-a tay bay jùr

Thanks for the evening. **Cám ơn một buổi tối tốt lành.**
kám urn mot bủori tói tót làn

It was great. **Thật tuyệt.** *tat too-yit*

Can I see you again tomorrow? **Tôi có thể gặp bạn ngày mai không?**
toi kó tẻ gap ban gày mai kog

See you soon. **Sớm gặp lại.** *shúrm gap lai*

Can I have your address? **Tôi có thể biết địa chỉ của bạn không?**
toi kó tẻ bí-uht dia chỉ kỏa ban kog

TELEPHONING

You can make local calls from your hotel room or from any telephone booth, usually with a phone card. Alternatively, you can make phone calls at post offices and/or agents, open from 7:30 a.m. to 9:00 p.m. International and collect calls can be made from your room and most hotels have direct-dial international services.

If you make a phone call from your room, hotels may charge a handling fee.

If you have any questions about using the telephone, you can ask the hotels or tourist agencies or dial 1080 for further information.

Can I have your telephone number?	**Tôi có thể biết số điện thoại của bạn không?** *toi kó tẻ bí-uht shó di-uhn twai kỏo-a ban kog*
Here's my number.	**Đây là số của tôi.** *day là shó kỏo-a toi*
Please call me.	**Xin hãy gọi cho tôi.** *sin hãy goi cho toi*
I'll give you a call.	**Tôi sẽ gọi bạn.** *toi shẽ goi ban*
Where's the nearest telephone booth?	**Buồng điện thoại gần nhất ở đâu?** *bòorg di-uhn twai gàn nát ửr doh*
May I use your phone?	**Tôi có thể sử dụng điện thoại của bạn không?** *toi kó tẻ shỏor zoog di-uhn twai kỏo-a ban kog*
It's an emergency.	**Trường hợp khẩn cấp.** *trèw-urg hurp kẩn káp*
I'd like to call someone in England.	**Tôi muốn gọi cho một người ở Anh.** *toi móorn goi cho mot gèw-ur-i ửr an*
What's the area [dialling] code for …?	**Mã vùng của … là bao nhiêu?** *mã vòog kỏo-a … là bao ni-yoh*
I'd like a phone card, please.	**Vui lòng cho tôi một thẻ điện thoại.** *voo-i lòg cho toi mot tẻ di-uhn twai*
What's the number for Information [Directory Enquiries]?	**Số Thông tin [Danh bạ] là gì?** *shó tog tin [zan ba] là gì*
I'd like the number for …	**Tôi muốn số …** *toi móorn shó …*
I'd like to call collect [reverse the charges].	**Tôi muốn gọi theo kiểu người được gọi trả tiền.** *toi móorn goi teh-ao kỉ-yoh gèw-ur-i dew-urk goi trả tì-uhn*

SPEAKING

Hello. This is …	**Xin chào. Đây là …** *sin chào day là …*
I'd like to speak to …	**Tôi muốn nói chuyện với …** *toi móorn nó-i choo-in vúr-i …*
Extension …	**Máy lẻ** *máy lẻ*
Speak louder, please.	**Vui lòng nói lớn lên.** *voo-i lòng nó-i lúrn len*
Speak more slowly, please.	**Vui lòng nói chậm lại.** *voo-i lòng nó-i cham lai*
Could you repeat that, please?	**Vui lòng nhắc lại điều đó.** *voo-i lòng nák lai dì-yoh dó*
I'm afraid he's/she's not in.	**Tôi e là ông/bà ấy không có ở đây.** *toi e là og/bà ai kog kó ử dáy*
You have the wrong number.	**Bạn gọi nhầm số.** *ban goi nàm shó*
Just a moment.	**Xin chờ một chút.** *sin chùr mot chóot*
Hold on, please.	**Vui lòng giữ máy.** *voo-i lòng jõor máy*
When will he/she be back?	**Khi nào thì ông/bà ấy về?** *ki nà-o tì og/bà áy về*
Will you tell him/her that I called?	**Xin hãy nhắn với ông/bà ấy là có tôi gọi điện.** *sin hãy nán vúr-i og/bà áy là kó toi goi di-uhn*
My name is …	**Tên tôi là …** *ten toi là …*
Would you ask him/her to phone me?	**Xin hãy bảo ông/bà ấy gọi lại cho tôi.** *sin hãy bả-o og/bà áy goi lai cho toi*
I must go now.	**Tôi phải đi bây giờ.** *toi fải di bay jùr*
Nice to speak to you.	**Thật dễ chịu được nói chuyện với bạn.** *tat zẽ chew dew-urk nói choo-in vúr-i ban*
I'll be in touch.	**Tôi sẽ giữ liên lạc.** *toi shẽe jõor li-uhn lak*
Bye.	**Tạm biệt.** *tam bi-uht*

STORES & SERVICES

Ho Chi Minh city is a shopper's paradise. You can find gold, jewelry and antiques at reasonable prices. Ha Noi and Hue also offer shopping opportunitites but they are known more for the scenery (Ha Noi) and cultural heritage (Hue).

Local stores and markets offer a great variety of Vietnamese handicrafts and souvenirs but it's also worthwhile to visit traditional villages.

The sales staff in local stores (usually in tourist hotspots) and those at large department stores can usually speak a little English.

ESSENTIAL

I'd like …	**Tôi muốn**	*toi móorn*
Do you have …?	**Bạn có … không?**	*ban kó … kog*
How much is that?	**Giá bao nhiêu?**	*zá bao ni-yoh*
Thank you.	**Cám ơn.**	*kám urn*

YOU MAY SEE

mở cửa	open
đóng cửa	closed
bán hàng	sale

Where is …?

Where's the nearest …?	**… gần nhất ở đâu?** *… gàn nat ử doh*
Where's there a good …?	**… tốt/hay ở đâu?** *… tót/hay ử doh*
Where's the main shopping mall [centre]?	**Trung tâm thương mại chính ở đâu?** *troog tam tew-urg mai chín ử doh*
Is it far from here?	**Có xa đây không?** *kó sa day kog*
How do I get there?	**Tôi đến đó như thế nào?** *toi dén dó noor té nà-o*

Shops

antique store	**cửa hàng đồ cổ** *kử-a hàg dò kỏ*
bakery	**hiệu bánh mì** *hi-yoh bán mì*
bank	**ngân hàng** *gan hàg*
bookstore	**hiệu sách** *hi-yoh shák*
butcher	**bán rong trên tàu** *bán rog tren tà-oo*

camera store	**hiệu ảnh**	*hi-yoh ản*
cigarette kiosk [tobacconist]	**quầy bán thuốc lá**	*kwày bán tóork lá*
clothing store [clothes shop]	**cửa hàng quần áo**	*kủr-a hàng kwàn ao*
delicatessen	**cửa hàng chế biến sẵn**	
	kủr-a hàag ché bí-uhn shãn	
department store	**cửa hàng bách hóa**	*kủr-a hàg bák hwá*
drugstore	**hiệu thuốc**	*hi-yoh tóork*
fish store [fishmonger]	**quầy bán ca**	*kwày bán ká*
florist	**tiệm bán hoa**	*ti-uhm bán hwa*
gift store	**cửa hàng quà tặng**	*kủr-a hàng kwà tag*
greengrocer	**quầy rau quả**	*kwày ra-oo kwả*
health food store	**cửa hàng thực phẩm sạch**	
	kủr-a hàg toork fẩm shak	
jeweler	**cửa hàng đá quý**	*kủr-a hàg dá kwí*
liquor store [off-licence]	**cửa hàng bán rượu**	*kủr-a hàg bán rew-uru*
market	**chợ**	*kur*
newsstand [newsagent]	**quầy báo**	*kwày bá-o*
pastry store	**hiệu bánh ngọt**	*hi-yoh bán got*
pharmacy	**nhà thuốc**	*nà tóork*
produce store [grocer]	**hiệu tạp phẩm**	*hi-yoh tap fẩm*
record [music] store	**cửa hàng âm nhạc**	*kủr-a hàg am nak*
shoe store	**hiệu giày**	*hi-yoh zày*
shopping mall [centre]	**trung tâm thương mại**	
	troog tam tew-urg mai	
souvenir store	**cửa hàng lưu niệm**	*kủr-a hàg lur-ew ni-uhm*
sporting goods store	**cửa hàng đồ thể thao**	*kủr-a hàg dò tẻ tao*
supermarket	**siêu thị**	*shi-yoh ti*
toy store	**cửa hàng đồ chơi**	*kủr-a hàg dò chur-i*

Services

clinic	**phòng khám**	*fòg kám*
dentist	**nha sĩ**	*na shĩ*
doctor	**bác sĩ**	*bák shĩ*
dry cleaner	**giặt khô**	*zat ko*

hairdresser/barber	**làm đầu/cắt tóc** *làm dòh/kát tók*
hospital	**bệnh viện** *ben vi-uhn*
laundromat	**giặt tự động** *zat toor dog*
optician	**kính mắt** *kín mát*
police station	**đồn công an** *dòn kog an*
post office	**bưu điện** *bur-ew di-uhn*
travel agency	**đại lý du lịch** *dai lí zoo lik*

Opening hours

In major cities, local stores are usually open from early morning to late at night. Most of them operate on the weekends too. Department stores are normally open from 8 a.m. to 9:30 p.m., seven days a week.

When does the… open/shut?	**… mở cửa/đóng cửa khi nào?** *… mửr kửr-a/dóg kửr-a ki nà-o*
Are you open in the evening?	**Bạn mở cửa vào buổi tối không?** *ban mửr kửr-a và-o bổor-i tói kog*
Do you close for lunch?	**Bạn đóng cửa nghỉ trưa không?** *ban dóg kửr-a gỉ trur-a kog*
Where is the…	**… ở đâu** *… ửr doh*
cashier [cash desk]	**thu ngân** *too gan*
escalator	**thang cuốn** *tag kóorn*
elevator [lift]	**thang máy** *tag máy*
store directory [guide]	**danh mục hàng hóa** *zan mook hàg hwá*
first [ground] floor	**tầng trệt** *tàg tret*
second [first] floor	**tầng một** *tàg mot*
Where's the… department?	**Cửa hàng … ở đâu?** *kửr-a hàg … ửr doh*

Service

Can you help me?	**Bạn có thể giúp tôi không?** *ban kó tẻ jóop toi kog*
I'm looking for…	**Tôi đang tìm…** *toi dag tìm…*
I'm just browsing.	**Tôi chỉ nhìn qua.** *toi chỉ nìn kwa*
It's my turn.	**Đến lượt tôi.** *dén lew-urt toi*

Do you have any…?	**Bạn có bất kỳ … không?**
	ban kó bát kì … kog
I'd like to buy…	**Tôi muốn mua…** _toi móorn moo-a…_
Could you show me... ?	**Bạn có thể chỉ cho tôi … không?**
	ban kó tẻ chỉ cho toi … kog
How much is this/that?	**Giá cái này/kia bao nhiêu?**
	zá ká-i này/kia bao ni-yoh
That's all, thanks.	**Đó là tất cả. Cám ơn.**
	đó là tất ka kám urn

YOU MAY SEE

giờ làm việc	business hours
đóng cửa nghỉ trưa	closed for lunch
mở cửa suốt ngày	open all day
lối vào	entrance
lối ra	exit
thang cuốn	escalator
lối thoát hiểm	emergency/fire exit
thang máy	elevator [lift]
cầu thang	stairs

Sin chà-o og/bà.	Good morning/afternoon, madam/sir.
Ban dag dew-urk trur jóop fải kog?	Are you being helped?
Ban móorn gì?	What would you like?
Dó là tát kả?	Is that everything?
Kòn gì kák kog?	Anything else?

YOU MAY SEE

dịch vụ khách hàng	customer service
tự phục vụ	self-service
dọn dẹp	clearance

Preference

I want something…	**Tôi muốn một cái gì đó…** *toi móorn mot ká-i gì dó…*
It must be…	**Nó phải …** *nó fải …*
big/small	**lớn/nhỏ** *lúrn/nỏ*
cheap/expensive	**rẻ/đắt** *rẻ/dát*
dark/light (color)	**tối/sáng** *tói/shág*
light/heavy	**nhẹ/nặng** *ne/nag*
oval/round/square	**hình bầu dục/tròn/vuông** *hìn bòh zook/tròn/voorg*
genuine/imitation	**chân thật/mô phỏng** *chan tat/mo fỏg*
I don't want anything too expensive.	**Tôi không muốn bất kỳ cái gì quá đắt.** *toi kog móorn bát kì ká-i gi kwá dát*

YOU MAY HEAR

Ban móorn … gì?	What … would you like?
mà-oo/hìn	color/shape
chát lew-urg/shó lew-urg	quality/quantity
Ban móorn lwai nà-o?	What sort would you like?
Ban dag chon móork zá nà-o?	What price range are you thinking of?

Do you have anything…?	**Bạn có bất kỳ cái nào … ?** *ban kó bát kì ká-i nà-o …*
larger/smaller	**lớn hơn/nhỏ hơn** *lúrn hurn/nỏ hurn*
better quality/cheaper	**tốt hơn/rẻ hơn** *tót hurn/rẻ hurn*
around … dong.	**Trong vòng … đồng.** *trog vòg … dòg*
Can you show me…?	**Bạn có thể cho tôi xem … ?** *ban kó tẻ cho toi sem …*
that/this one	**cái kia/cái này** *ká-i kia/ká-i này*
these/those ones	**những cái này/những cái kia** *nõorg kái này/nõorg ká-i ki-a*
the one in the window/ display case	**cái trong cửa sổ/hộp trưng bày** *ká-i trog kủr-a shỏ/hop troorg bày*
some others	**một vài cái khác** *mot và-i ká-i kák*

Conditions of purchase

Is there a guarantee?	**Có bảo đảm không?** *kó bảo dảm kog*
Are there any instructions with it?	**Có thông tin chỉ dẫn đi kèm không?** *kó tog tin chỉ zãn di kèm kog*

Out of stock

Can you order it for me?	**Bạn có thể đặt hàng nó cho tôi không?** *ban kó tẻ dat hàg nó cho toi kog*
How long will it take?	**Nó mất bao lâu?** *nó mát bao lou*
Is there another store that sells…?	**Có cửa hàng nào khác bán .. không?** *kó kủr-a hàg nà-o kák bán .. kog*

Decision

That's not quite what I want.	**Đó không hẳn là thứ tôi muốn.** *dó kog hẳn là tóor toi móorn*
No, I don't like it.	**Không, tôi không thích nó.** *kog, toi kog tík no*
That's too expensive.	**Đắt quá.** *dát kwá*
I'd like to think about it.	**Tôi muốn suy nghĩ một chút.** *toi móorn shoo-i gĩ mot chóot*
I'll take it.	**Tôi sẽ lấy nó.** *toi shẽ láy no*

Paying

The preferred method of payment in Vietnam is cash. In major cities, credit cards are accepted in all tourist areas. A 5% commission is charged on credit card purchases.

To get a better rate of exchange, it is best to cash in traveler's cheques at a bank, even though they are also accepted at the currency exchange counters of hotels and stores in Vietnam.

Where do I pay?	**Tôi thanh toán ở đâu?** *toi tan twán ủr doh*
How much is that?	**Bao nhiêu tiền?** *bao ni-yoh tì-uhn*
Could you write it down, please?	**Xin hãy viết xuống.** *sin hãy ví-uht sóorg*
Do you accept traveler's checks?	**Ở đây có chấp nhận séc du lịch không?** *ủr day kó cháp nan shék zoo lik kog*
I'll pay…	**Tôi sẽ trả …** *toi shẽ trả …*
with cash	**bằng tiền mặt** *bàg tì-uhn mat*
by credit card	**bằng thẻ tín dụng** *bàg tẻ tín zoog*
I don't have any smaller change.	**Tôi không có tiền lẻ nhỏ hơn.** *toi kog kó tì-uhn lẻ nỏ hurn*
Sorry, I don't have enough money.	**Xin lỗi, tôi không đủ tiền.** *sin lõi, toi kog đỏ tì-uhn*

YOU MAY HEAR

Ban trả noor té nà-o?	How are you paying?
Zao zik này kog dew-urk chấp nan.	This transaction has not been approved/accepted.
Tẻ này kog hurp le.	This card is not valid.
Toi kó tẻ kó tem tog tin nan zag kog?	May I have further identification?
Ban kó tì-uhn lẻ nà-o nỏ hurn kog?	Do you have any smaller change?

Could I have a receipt, please?	**Vui lòng cho tôi biên lai.** *voo-i lòg cho toi bi-uhn lai*
I think you've given me the wrong change.	**Tôi nghĩ bạn thối lại tiền sai.** *toi gĩ ban tói lai tì-uhn shai*

YOU MAY SEE

Xin thanh toán ở đây.	Please pay here.
Kẻ cắp hàng sẽ bị khởi tố.	Shoplifters will be prosecuted.

Complaints

This doesn't work.	**Cái này không hoạt động.**	
	ká-i này kog hwat dog	
Can you exchange this, please?	**Xin hãy đổi cái này.**	
	sín hãy dỏi ká-i này	
I'd like a refund.	**Tôi muốn hoàn lại tiền.**	
	toi móorn hwàn lai tì-uhn	
Here's the receipt.	**Đây là biên lai.** *day là bi-uhn lai*	
I don't have the receipt.	**Tôi không có biên lai.** *toi kog kó bi-uhn lai*	
I'd like to see the manager.	**Tôi muốn gặp quản lý.**	
	toi móorn gap kwản lí	

Repairs/Cleaning

Most hotels usually have a laundry service. However, there are many laundromats outside of hotels which are usually much cheaper.

This is broken. Can you repair it?	**Cái này bị vỡ. Bạn có thể sửa nó không?**
	kái này bi vữr. Ban kó tẻ shửr-a nó kog
Do you have...for this?	**Bạn có ... cho cái này không?**
	ban kó ... cho ká-i này kog
a battery	**pin** *pin*
replacement parts	**linh kiện thay thế** *lin ki-uhn tay té*
There's something wrong with...	**Có gì đó không ổn với...**
	kó gì do kog ổn vúr-i...
Can you...this?	**Bạn có thể ... cái này không?**
	ban kó tẻ ... ká-i này kog
clean	**lau** *la-oo*
press	**nhấn** *nán*
patch	**vá** *vá*
Could you alter this?	**Bạn có thể thay đổi cái này không?**
	ban kó tẻ tay dỏi ká-i này kog
When will it be ready?	**Đó không phải của tôi.** *dó kog fải kỏo-a toi*
This isn't mine.	**Mất ...** *mát ...*

BANK/CURRENCY EXCHANGE OFFICE

In Ha Noi and Hue, banks are open from 8:30 a.m. to 3:30 p.m. with a lunch break in between. In Ho Chi Minh city, banks are open from 7:30 a.m. to 6 p.m. from Monday to Saturday with a lunch break. Some banks are open on Saturday mornings as well. Outside of banking hours, money can be exchanged in hotels, stores selling gold or silver and firms that trade foreign currencies.

YOU MAY SEE

tất cả giao dịch	all transactions
trao đổi tiền	currency exchange
mở cửa/đóng cửa	open/closed
thu ngân	cashiers

Where's the nearest…?	**… gần nhất ở đâu?** *… gàn nát ử doh*
bank	**ngân hàng** *gan hàg*
currency exchange office [bureau de change]	**phòng đổi tiền** *fòg đổi tì-uhn*

Changing money

Can I exchange foreign currency here?	**Tôi có thể đổi ngoại tệ ở đây không?** *toi kó tẻ đổi gwai te ử day kog*
I'd like to change some dollars/pounds into Vietnam dong.	**Tôi muốn đổi đồng đôla/bảng Anh sang đồng Việt Nam.** *toi móorn đổi dòg dola/bảg an shag dòg vi-uht nam*
I want to cash some traveler's checks.	**Tôi muốn lĩnh tiền mặt từ séc du lịch.** *toi móorn lĩn tì-uhn mat tòar shék zoo lik*
What's the exchange rate?	**Tỉ giá hối đoái là bao nhiêu?** *tỉ zá hói dwái là bao ni-yoh*
How much commission do you charge?	**Bạn tính bao nhiêu tiền hoa hồng?** *ban tín bao ni-yoh tì-uhn hwa hòg*
Could I have some small change, please?	**Vui lòng cho tôi tiền lẻ nhỏ hơn.** *voo-i lòg cho toi tì-uhn lẻ nỏ hurn*
I've lost my traveler's checks.	**Tôi làm mất séc du lịch của mình rồi.** *toi làm mát shék zoo lik kỏa mìn ròi*
These are the numbers.	**Đây là các số.** *dat là kák sho*

YOU MAY HEAR

Toi kó tẻ sem … kog?	Could I see …?
ho kí-yoh kỏo-a ban	your passport
mot shó tog tin nan zag	some identification
tẻ gan hàg kỏo-a ban	your bank card
Di-a kỉ kỏo-a ban là gì?	What's your address?
Ban dag ủr doh?	Where are you staying?
Voo-i lòg dì-uhn vào mõh durn này.	Fill in this form, please.
Voo-i lòg kí vào day.	Please sign here.

ATMs [Cash machines]

Can I withdraw money on my credit card here?	**Tôi có thể rút tiền từ thẻ tín dụng của mình ở đây không?** *toi kó tẻ róot tì-uhn tòor tẻ tín zoog kỏo-a min ủr day kog*
Where are the ATMs [cash machines]?	**Máy ATM ở đâu?** *máy ei-ti-em ủr doh*
Can I use my card in the cash machine?	**Tôi có thể dùng thẻ của mình tại máy rút tiền tự động không?** *toi kó tẻ zòog tẻ kỏo-a mìn tai máy róot tì-uhn toor dog kog*
The cash machine has eaten up my card.	**Máy rút tiền tự động đã nuốt thẻ của tôi.** *máy róot tì-uhn toor dog đã nóort tẻ kỏo-a toi*

YOU MAY SEE

Máy rút tiền tự động	automated teller (ATM) [cash machine]

Currency

The currency in Vietnam is **Vietnam dong (VND)** and the minimum monetary unit used in daily exchanges is 1000 VND.

Coins are still relatively new (just released about 3-4 years ago). They are available in denominations of 100, 200, 500, 1000 and 5000 VND.

Bills are available in denominations of: 500, 1000, 2000, 5000, 10000, 20000, 50000, 100000, and 500000 VND.

PHARMACY

Vietnamese pharmacies follow both Western and Eastern concepts of health care. There are the usual over-the-counter medicines along with those that are made from exotic herbs, roots, etc. There are also traditional Vietnamese pharmacies which operate all over the country.

To avoid unnecessary hassle at customs, make sure all medication is clearly marked and in its original prescription bottle.

Where's the nearest pharmacy?	**Nhà thuốc gần nhất ở đâu?** *nà tóork gàn nát ủr doh*
What time does the pharmacy open/close?	**Nhà thuốc mở/đóng cửa lúc mấy giờ?** *nà tóork mủr/dóg kủr-a lóok máy jùr*
Can you make up this prescription for me?	**Bạn có thể pha chế theo đơn thuốc này cho tôi không?** *ban kó tẻ fa ché teh-ao durn tóork này cho toi kog*
Shall I wait?	**Tôi có nên chờ?** *toi kó nen chùr*
I'll come back for it.	**Tôi sẽ quay lại lấy nó.** *toi shẽ kway lai lay nó*

Dosage instructions

How much should I take?	**Tôi nên uống bao nhiêu?** *toi nen óorg bao ni-yoh*
How often should I take it?	**Tôi nên uống như thế nào?** *toi nen óorg noor té nao*
Is it suitable for children?	**Nó có hợp cho trẻ em không?** *nó kó hurp cho trẻ em kog*

YOU MAY HEAR

Óorg ...	Take ...
... vi-uhn	... tablets
... tì-a kà fe	... teaspoons
tréw-urk/sha-oo ki an	before/after meals
vúr-i new-úrk	with water
hét	whole
và-o bỏor-i shág/bỏor-i toi	in the morning/at night
trog ... gày	for ... days

YOU MAY SEE

chỉ dùng ngoài da	for external use only
không được uống	not to be taken internally
bên trong	internally

Asking advice

What would you recommend for…?	**Bạn khuyên tôi làm gì với … ?** *ban koo-in toi làm gì vúr-i ...*
a cold	**cảm cúm** *kảm kóom*
a cough	**ho** *ho*
diarrhea	**tiêu chảy** *ti-yoh chảy*
a hangover	**ợ do uống nhiều** *ur zo óorg nì-yoh*
hayfever	**sốt mùa hè** *shót mòo-a hè*
insect bites	**vết côn trùng cắn** *vét kon tròog kán*
a sore throat	**chứng đau họng** *chóorg da-oo hog*
sunburn	**cháy nắng** *cháy nág*
motion [travel] sickness	**say tàu xe** *shay tà-oo se*
an upset stomach	**đau dạ dày** *da-oo za zày*
Can I get it without a prescription?	**Tôi có thể uống không cần đơn thuốc không?** *toi kó tẻ óorg kog kàn durn tóork kog*

Over-the-counter treatment

Can I have…?	**Tôi có thể lấy … không?**	*toi kó tẻ lay … kog*
antiseptic cream	**thuốc khử trùng**	*tóork kỏor tròog*
(soluble) aspirin	**aspirin (hòa tan)**	*ashpirin (hwà tan)*
gauze [bandages]	**băng gạc**	*bag gak*
condoms	**bao cao su**	*bao kao shoo*
cotton [cotton wool]	**vải bông**	*vả-i bog*
insect repellent	**thuốc giảm sưng do côn trùng cắn**	*tóork jảm shoorg zo kon tròog kán*
painkillers	**thuốc giảm đau**	*tóork jảm da-oo*
vitamin tablets	**viên vitamin**	*vi-uhn vitamin*

Toiletries

I'd like some…	**Tôi muốn một số …**	*toi móorn mot shó …*
after-shave	**nước hoa cạo râu**	*new-úrk hwa kao roh*
after-sun lotion	**nước dưỡng sau khi ra nắng**	*new-úrk zẽw-urg sha-oo ki ra nág*
deodorant	**chất khử mùi**	*chát kỏor mòo-i*
razor blades	**dao cạo**	*zao kao*
sanitary napkins [towels]	**băng vệ sinh**	*bag ve shin*
soap	**xà phòng**	*sà fòg*
sun block	**kem chống nắng**	*kem kóg nág*
sunscreen	**kính râm**	*kín ram*
factor	**nhân tố**	*nan tó*
tampons	**băng vệ sinh**	*bag ve shin*
tissues	**giấy lụa**	*jáy loo-a*
toilet paper	**giấy vệ sinh**	*jáy ve shin*
toothpaste	**kem đánh răng**	*kem dán rag*

Hair care

comb	**lược**	*lew-urk*
conditioner	**dầu dưỡng tóc**	*zòh zẽw-urg tók*
hair mousse/gel	**keo xịt tóc**	*keh-ao sit tók*
hair spray	**bình xịt tóc**	*bìn sit tók*

shampoo	**dầu gội** *zòh goi*

For the baby

baby food	**thức ăn trẻ em** *tóork an trẻ em*
baby wipes	**khăn tay trẻ em** *kan tay trẻ em*
diapers [nappies]	**tã lót** *tã lót*
sterilizing solution	**dung dịch khử trùng** *zoog zik kỏor tròog*

CLOTHING

You will find all kinds of clothing at reasonable prices for sale in clothing stores, street markets (be prepared to bargain!) and local department stores. In Ho Chi Minh city and in some areas of Ha Noi — Ho Guom lake and Ba Trieu street —you can easily spot strings of chic and trendy shops that sell brand names and apparel from international designers. If you are interested in more traditional garb worn by the ethnic groups, you can visit their villages to purchase special hand-made clothes offered nowhere else.

General

menswear	**y phục nam** *i fook nam*
childrenswear	**trang phục trẻ em** *trag fook trẻ em*
womenswear	**y phục nữ** *i fook nõor*
I'd like…	**Tôi muốn …** *toi móorn …*
Do you have any…?	**Bạn có bất kỳ … nào không?** *ban kó bát kì … nà-o kog*

Color

I'm looking for something in…	**Tôi đang tìm cái có màu …** *toi dag tìm ká-i kó mà-oo …*
beige	**be** *be*
black	**đen** *den*
white	**trắng** *trag*
blue	**xanh** *san*
green	**lục** *look*
brown	**nâu** *noh*

gray	**xám** *sám*
orange	**vàng cam** *vàg kam*
purple	**tím** *tím*
red/pink	**đỏ/hồng** *dỏ/hòg*
yellow	**vàng** *vàg*
light	**sáng** *shág*
dark	**tối** *tói*
I want a darker/lighter shade.	**Tôi muốn sắc tối hơn/sáng hơn một chút.** *toi móorn shák tói hurn/shág hurn mot chóot*
Do you have the same in…?	**Bạn có cái giống thế màu … không?** *ban kó ká-i zóg té mà-oo … kog*

Clothes and accessories

belt	**thắt lưng** *tát loorg*
bikini	**áo tắm hai mảnh** *á-o tám hai mản*
blouse	**áo cánh** *á-o kán*
bra	**áo ngực** *á-o goork*
briefs	**quần bó** *kwàn bó*
cap	**mũ lưỡi trai** *mõo lẽw-uri trai*
coat	**áo choàng** *á-o kwàg*
dress	**áo váy** *á-o váy*
handbag	**túi xách tay** *tóo-i sák tay*
hat	**mũ** *mõo*
jacket	**áo vét** *á-o vét*
jeans	**quần jean** *kwàn jean*
leggings	**xà cạp** *sà kap*
pants	**quần lót** *kwàn lót*
pantyhose [tights]	**áo nịt** *á-o nit*
raincoat	**áo mưa** *á-o mur-a*
scarf	**khăn quàng cổ** *kan kwàg kỏ*
shirt	**áo sơ mi** *á-o shur mi*
shorts	**quần đùi** *kwàn dòo-i*

skirt	**váy** *váy*
socks	**tất ngắn** *tất gán*
stockings	**tất dài** *tát zài*
suit	**com lê** *kom le*
sweater	**áo len** *á-o len*
sweatshirt	**áo vệ sinh** *á-o ve shin*
swimming trunks/ swimsuit	**áo bơi** *á-o bur-i*
T-shirt	**áo phông** *á-o fog*
tie	**cà vạt** *kà vat*
tights	**quần chật ống** *kwàn kat óg*
trousers	**quần** *kwàn*
underpants	**quần lót** *kwàn lót*
with long/short sleeves	**với tay áo dài/ngắn** *vúr-i tay á-o zài/gán*

Shoes

boots	**ủng** *ỏog*
flip-flops	**dép tông** *zép tog*
running [training] shoes	**giày thể thao** *jày tể tao*
sandals	**dép/xăng-đan** *zép/sag-dan*
shoes	**giầy** *jày*
slippers	**dép lê** *zép le*

Hiking/walking gear

knapsack	**ba lô** *ba lo*
hiking boots	**ủng đi bộ** *ỏog di bo*
waterproof jacket/anorak	**áo vét không thấm nước/áo có mũ trùm đầu** *á-o vét kog tám new-úrk/á-o kó mõo* *tròom dòh*
windbreaker [cagoule]	**áo gió** *á-o jó*

Fabric

| I want something in… | **Tôi muốn thứ làm bằng…**
toi móorn tóor làm bàg… |

cotton	**vải bông** *vải bog*
denim	**vải bông chéo** *vải bog kéh-ao*
lace	**ren** *ren*
leather	**da** *za*
linen	**vải lanh** *vải lan*
wool	**len** *len*
Is this…?	**Cái này bằng …?** *ká-i này bàg …*
pure cotton	**vải bông nguyên chất** *vải bog goo-in chát*
synthetic	**tổng hợp** *tỏg hurp*
Is it hand washable/	**Có thể giặt tay/giặt máy?**

machine washable?	*kó tẻ jat tay/jat máy*
Does it fit?	
Can I try this on?	**Tôi có thể thử không?** *toi kó tẻ tỏor kog*
Where's the fitting room?	**Phòng thử ở đâu?** *fòg tỏor ử doh*
It fits well. I'll take it.	**Nó vừa. Tôi sẽ lấy nó.** *nó vừr-a toi shẽ láy no*
It doesn't fit.	**Nó không vừa.** *nó kog vừr-a*
It's too ...	**Nó qua ...** *nó kwá*
short/long	**ngắn/dài** *gán/zài*
tight/loose	**chật/lỏng** *chat/lỏg*
Do you have this in size…?	**Bạn có muốn cái này kích thước … không?** *ban kó móorn ká-i này kík téw-urk … kog*
What size is this?	**Kích thước cái này là bao nhiêu?** *kík téw-urk kái này là bao ni-yoh*
Could you measure me, please?	**Xin hãy đo hộ tôi.** *sin hãy do ho toi*

I don't know Vietnamese sizes.	**Tôi không biết khổ người Việt Nam.** *toi kog bí-uht kổ gèw-ur-i vi-uht nam*

YOU MAY SEE	
quá rộng (XL)	extra large (XL)
rộng (L)	large (L)
trung bình (M)	medium (M)
nhỏ (S)	small (S)

Size

Clothing sizes in Vietnam are still being standardized and do not correspond to those in the West. In places where clothes are made for export, you will find sizes given as small, medium, large and extra large. However, you may find that the sizes are of a smaller cut than you would find at home. Vietnamese measurements combine two factors: height and chest dimensions. For example, a jacket may be sized at 165-88, i.e., for a person 1.65 m tall with an 88 cm chest. When buying shoes, the safest bet is to try them on, provided you can find one large enough – U.S. 7.5 / U.K. 7 is considered large!

1 centimeter (cm.) = 0.39 in.	1 inch = 2.54 cm.
1 meter (m.) = 39.37 in.	1 foot = 30.5 cm.
10 meters = 32.81 ft.	1 yard = 0.91 m.

HEALTH AND BEAUTY

I'd like a	**Tôi muốn...** *toi móorn...*
facial	**xoa bóp mặt** *swa bóp mat*
manicure	**sửa móng tay** *shủr-a móg tay*
massage	**xoa bóp** *swa bóp*
waxing	**đánh bóng sáp** *dan bóg sháp*

HAIRDRESSER'S/HAIRSTYLIST

Large hotels usually have barbers or hairdressers – and the holistic approach may include a head, neck, shoulder and face massage. Tipping is not required.

I'd like to make an appointment for…	**Tôi muốn hẹn gặp để …** *toi móorn hen gap dể …*

Can you make it a bit earlier/later?	**Xin có thể sớm hơn/trễ hơn một chút không?** *sin kó tẻ shúrm hurn/trẽ hurn mot chóot kog*
I'd like a…	**Tôi muốn …** *toi móorn …*
cut and blow-dry	**cắt và sấy tóc** *kát và sháy tók*
shampoo and set	**cắt và gội đầu** *kát và goi dòh*
trim	**cắt tóc** *kát tók*
I'd like my hair…	**Tôi muốn tóc tôi…** *toi móorn tók toi…*
highlighted	**nổi/sáng hơn** *nỏi/shág hurn*
permed	**uốn** *óorn*
Don't cut it too short.	**Đừng cắt quá ngắn.** *dòorg kát kwá gán*
A little more off the…	**Hơi ra phía … hơn một chút** *hur-i ra fí-a … hurn mot chóot*
back/front	**sau/trước** *sha-oo/tréw-urk*
neck/sides	**cổ/mặt bên** *kỏ/mat ben*
top	**trên đỉnh** *tren dỉn*
That's fine, thanks.	**Được rồi, cám ơn.** *dew-urk ròi, kám urn*

HOUSEHOLD ARTICLES

I'd like a(n)/some	**Tôi muốn một/một số** *toi móorn mot/mot shó*
adapter	**bộ điều hợp** *bo dì-yoh hurp*
aluminum foil	**lá nhôm** *lá nom*
bottle opener	**cái mở nút chai** *kái mủr nóot chai*
can [tin] opener	**cái mở đồ hộp** *kái mủr do hop*
clothes pins [pegs]	**kẹp quần áo** *kep kwàn á-o*
corkscrew	**cái mở nút chai xoắn** *kái mủr nóot chai swán*
light bulb	**bóng đèn** *bóg dèn*
matches	**diêm** *zi-uhm*
paper napkins	**giấy ăn** *jáy an*
plastic wrap [cling film]	**giấy bóng gói thực phẩm** *jáy bóg gói toork fầm*

148

plug	**ổ cắm** *ổ kám*
scissors	**kéo** *kéh-ao*
screwdriver	**tua vít** *too-a vít*

Cleaning products

bleach	**chất tẩy trắng** *chát tẩy trág*
detergent [washing powder]	**chất tẩy** *chát tẩy*
dish cloth	**khăn rửa bát** *kan rử-a bát*
dishwashing [washing-up] liquid	**nước rửa bát** *new-úrk rử-a bát*
garbage [refuse] bags	**túi rác** *tóo-i rák*
sponge	**bọt biển** *bot bỉ-uhn*

Crockery/Cutlery

cups/glasses	**tách, chén/cốc, ly** *ták, chén/kók, li*
knives/forks	**dao/nĩa** *zao/nĩ-a*
spoons	**thìa** *tì-a*
mugs	**chén** *chén*
plates	**đĩa** *dĩ-a*
bowls	**tô, bát to** *to, bát to*
chopsticks	**đũa** *dõo-a*

JEWELER

Could I see…?	**Tối có thể xem … không?** *toi kó tẻ sem … kog*
this/that	**cái này/kia** *ká-i này/ki-a*
It's in the window/ display cabinet.	**Nó nằm trong cửa sổ/tủ trưng bày.** *nó nàm trog kử-a shỏ/tỏo troorg bày*
alarm clock	**đồng hồ báo thức** *dòng hò báo tóork*
battery	**bộ dụng cụ** *bo zoog koo*
bracelet	**vòng tay** *vòg tay*
brooch	**trâm cài** *tram kà-i*
chain	**chuỗi hạt** *chõor-i hat*
clock	**đồng hồ treo tường, để bàn** *dòng hò treh-ao tèw-urg, dẻ bàn*

earrings	**hoa tai** *hwa tai*
necklace	**dây đeo cổ** *zai deh-ao kỏ*
ring	**nhẫn** *nãn*
watch	**đồng hồ đeo tay** *dòg hò deh-ao tay*

Materials

Is this real silver/gold?	**Cái này bằng bạc/vàng thật phải không?** *ká-i này bàg bak/vàg tat fải kog*
Is there a certificate for it?	**Nó có giấy chứng nhận không?** *nó kó jáy chóorg nan kog*
Do you have anything in…?	**Bạn có cái nào bằng … không?** *ban kó ká-i nà-o bàg ... kog*
copper	**đồng** *dòg*
crystal	**pha lê** *fa le*
cut glass	**kính khắc hoa văn** *kín kák hwa van*
diamond	**kim cương** *kim kew-urg*
enamel	**men** *men*
gold	**vàng** *vàg*
gold-plate	**mạ vàng** *ma vàg*
pearl	**ngọc trai** *gok trai*
pewter	**thiếc** *tí-uhk*
platinum	**bạch kim** *bak kim*
silver	**bạc** *bak*
silver-plate	**mạ bạc** *ma bak*
stainless steel	**inôc** *inók*

NEWSSTAND/NEWSAGENT/TOBACCONIST

There are many hotels selling international newspapers and magazines, but it is not common for bookstores or street-stores to have them.

Do you sell English-language books/newspapers?	**Bạn có bán sách/báo tiếng Anh không?** *ban kó bán shák/báo tí-uhg an kog*
I'd like (a)…	**Tôi muốn (một) …** *toi móorn (mot) …*
book	**quyển sách** *kwoo-ỉn shák*

candy [sweets]	**cái kẹo**	*ká-i keh-ao*
chewing gum	**kẹo cao su**	*keh-ao kao shoo*
chocolate bar	**thỏi sôcôla**	*tỏi shokola*
cigarettes (packet of)	**(gói) thuốc**	*(gói) tóork*
cigars	**điếu xì gà**	*ds-yoh sì gà*
dictionary	**quyển từ điển**	*kwoo-ỉn tòor dỉ-uhn*
English-Vietnamese	**Anh-Việt**	*an-vi-uht*
envelopes	**phong bì**	*fog bì*
guidebook of…	**sách hướng dẫn …**	*shák héw-urg zãn …*
lighter	**cái bật lửa**	*ká-i bat lửr-a*
magazine	**quyển tạp chí**	*kwoo-ỉn tap kí*
map	**tấm bản đồ**	*tám bản dò*
map of the town	**tấm bản đồ thành phố**	*tám bản dò tàn fó*
road map of…	**tấm bản đồ đường đi của …**	*tám bản do dèw-urg di kỏo-a …*
matches	**hộp diêm**	*hop zi-uhm*
newspaper	**tờ báo**	*tùr báo*
American/English	**Mỹ/Anh**	*mĩ/an*
paper	**tờ giấy**	*tùr jay*
pen	**cây bút**	*kay bóot*
stamps	**con tem**	*kon tem*
tobacco	**thuốc lá**	*tóork lá*

PHOTOGRAPHY

I'm looking for a(n)… camera.	**Tôi đang tìm một cái camera …**	*toi dag tìm mot ká-i kamera …*
automatic	**tự động**	*toor dog*
compact	**gọn nhẹ**	*gon ne*
disposable	**quang học**	*kwag hok*
SLR digital	**kỹ thuật số**	*kĩ too-uht shó*
mechanic	**cơ**	*kur*
I'd like a(n)…	**Tôi muốn một …**	*toi móorn mot …*

151

battery	**bộ pin** *bo pin*
camera case	**vỏ camera** *vỏ kamera*
memory card	**thẻ nhớ** *tẻ núr*
filter	**bộ lọc** *bo lok*
lens	**thấu kính** *tóh kín*
lens cap	**nắp kính** *náp kín*

Film/Processing

I'd like a…film.	**Tôi muốn một cuộn phim …** *toi móorn mot koorn fim …*
black and white	**đen trắng** *den trág*
color	**màu** *mà-oo*
24/36 exposures	**24/36 kiểu** *hai tur/ba sá-oo kỉ-yoh*
I'd like this film developed, please.	**Vui lòng cho tôi rửa cuộn phim này.** *voo-i lòg cho toi rửr-a koorn fim này*
Would you enlarge this, please?	**Bạn có muốn phóng to nó không?** *ban kó móorn fóg to nó kog*
How much do… exposures cost?	**Giá cuôn phim … kiểu là bao nhiêu?** *zá koorn fim … kỉ-yoh là bao ni-yoh*
When will the photos be ready?	**Khi nào thì có ảnh?** *ki nà-o tì kó ản*
I'd like to collect my photos.	**Tôi muốn lấy ảnh.** *toi móorn láy ản*
Here's the receipt.	**Đây là biên lai.** *day là bi-uhn lai*

POLICE

The police deal with criminal and traffic affairs. Depending on the color of their uniform, their duties are of different nature: yellow is for police dealing with traffic issues while green is worn by those tackling criminal issues. The emergency phone number for the police is 113.

| Where's the nearest police station? | **Đồn công an gần nhất ở đâu?** *dòn kog an gàn nát ửr doh* |
| Does anyone here speak English? | **Có ai ở đây nói được tiếng Anh không?** *kó a-i ửr day nói dew-urk tí-uhg an kog* |

I want to report a(n)…	**Tôi muốn thông báo một …**
	toi móorn tog báo mot …
accident/attack	**vụ tai nạn/vụ tấn công**
	voo tai nan/voo tán kog
mugging/rape	**vụ bóp cổ/vụ cưỡng hiếp**
	voo bóp kỏ/voo kẽw-urg hí-uhp
My child is missing.	**Con tôi mất tích.**
	kon toi mát tík
Here's a photo of him/her.	**Đây là ảnh của nó.**
	day là ản kỏo-a no
Someone's following me.	**Có ai đó đang đi theo tôi.**
	kó ai dó dag di teh-ao toi
I need an English-speaking lawyer.	**Tôi cần một luật sư biết tiếng Anh.**
	toi kàn mot loo-uht shoor bí-uht tí-uhg an
I need to make a phone call.	**Tôi cần gọi điện thoại.**
	toi kàn goi di-uhn twai
I need to contact the… Consulate.	**Tôi cần liên lạc với … tòa lãnh sự**
	toi kàn li-uhn lak vúr-i … twà lãn shoor
American/British	**Mỹ/Anh** *mĩ/an*

Lost property/Theft

I want to report a theft.	**Tôi muốn tường trình một vụ trộm.**
	toi móorn tèw-urg trìn mot voo trom
My car's been broken into.	**Xe tôi đã bị vỡ vụn.** *se toi dã bi vữr voon*

YOU MAY HEAR

Ban kó tẻ tả lai gèw-ur-i dó kog?	Can you describe him/her?
nam/nõor	male/female
tók vàg/tók den/tók dỏ	blond(e)/dark haired/red-headed
tók noh	gray hair
tók zài/tók gán/hói dòh	long/short hair/balding
chì-yoh kao kwảg …	approximate height …
tỏori (kwảg) …	aged (approximately) …
Gèw-ur-i dó mak/mag …	He/She was wearing …

153

I've been robbed/mugged.	**Tôi bị ăn cướp/ăn trộm.**
	toi bi an kew-úrp/an trom
I've lost my…	**Tôi mất … của mình.**
	toi mát … kỏo-a mìn
My…has been stolen.	**… của tôi bị lấy trộm.**
	… kỏo-a toi bi lấy trom
bicycle	**xe đạp** *se dap*
camera	**camera** *kamera*
(rental) car	**xe (thuê)** *se (too-ei)*
credit cards	**thẻ tín dụng** *tẻ tín zoog*
handbag	**túi xách tay** *tóo-i sák tay*
money	**tiền** *tì-uhn*
passport	**hộ chiếu** *ho chí-yoh*
purse/wallet	**ví** *ví*
ticket	**vé** *vé*
watch	**đồng hồ đeo tay** *dòg hò deh-ao tay*
What shall I do?	**Tôi nên làm gì?** *toi nen làm gì*

YOU MAY HEAR

Mát kái gì?	What's missing?
Kái gì bi láy káp?	What's been taken?
Nó bi mát ki nà-o?	When was it stolen?
Nó sảy ra ki nà-o?	When did it happen?
Ban dag ử doh?	Where are you staying?
Nó bi mat ử doh?	Where was it taken from?
Ban ử doh và-o lóok áy?	Where were you at the time?
Chóog toi dag goi gèew-ur-i fi-uhn zik cho ban.	We're getting an interpreter for you.
Chóog toi shẽ dì-yoh tra shoor vi-uhk.	We'll look into the matter.
Voo-i lòg dè-uhn vào mõh durn này.	Please fill out this form.

I need a police report for my insurance claim.	**Tôi cần bản tường trình của cảnh sát để lấy tiền bảo hiểm.** *toi kàn bản tèw-urg trìn kỏo-a kản shát dẻ láy tì-uhn bảo hỉ-uhm*

POST OFFICE

All post offices are open from Monday to Friday, 7 a.m. to 9 p.m. Some are open on Saturday mornings. Many post-office agents are located in most parts of all major cities. They function just like post offices but are open all week. Some large hotels also have postal service desks that stay open seven days a week. There, you can purchase stamps, postcards and letter paper.

General inquiries

Where is the post office?	**Bưu điện ở đâu?** *bur-ew di-uhn ử doh*
What time does the post office open/close?	**Mấy giờ bưu điện mở/đóng cửa?** *máy jùr bur-ew di-uhn mửr/dóg kửr-a*
Does it close for lunch?	**Nó có đóng cửa nghỉ trưa không?** *nó kó dóg kửr-a gỉ trur-a kog*
Where's the mailbox [postbox]?	**Hòm thư ở đâu?** *hòm toor ử doh*
Is there any mail for me?	**Có thư cho tôi không?** *kó toor cho toi kog*

Buying stamps

A stamp for this postcard, please.	**Vui lòng lấy một con tem cho tấm thiếp này.** *voo-i lòg láy mot kon tem cho tám ti-uhp này*
A…dollar/Vietnam dong stamp, please.	**Vui lòng cho một con tem … đôla/đồng.** *voo-i lòg cho mot kon tem … dola/dòg*
What's the postage for a letter to…?	**Phí gửi thư đến … là bao nhiêu?** *fí gỏor-i toor dén … là bao ni-yoh*
Is there a stamp machine here?	**Có máy dập tem ở đây không?** *kó máy zap tem ử day kog*

Sending packages

I want to send this package [parcel] by…	**Tôi muốn gửi bưu kiện này theo …** *toi móorn gỏor-i bur-ew ki-uhn nàay teh-ao …*
air mail	**đường không** *dèw-urg kog*

express mail [special delivery]	**thư chuyển phát nhanh** *toor choo-ỉn fát nan*

registered mail	**thư bảo đảm** *toor bảo dảm*
It contains…	**Nó gồm …** *nó gòm …*

Telecommunications

Most major hotels have a business center with telephone, fax and telex services. Some even have photocopiers, typewriters and internet-ready computers.

I'd like a phone card, please.	**Vui lòng cho tôi một thẻ điện thoại.** *voo-i lòg cho toi mot tẻ di-uhn twai*
10/20/50 units.	**10/20/50 đơn vị.** *mèw-ur-i/hai mew-ur-i/nam mẹw-ur-i durn vi*
Do you have a photocopier?	**Bạn có máy photocopy không?** *ban kó máy fotokóppi kog*
I'd like to send a message...	**Tôi muốn gửi tin nhắn...** *toi móorn gỏor-i tin nán*
by e-mail/fax	**bằng email/fax** *bàg i-meo/fax*
What's your e-mail address?	**Địa chỉ email của bạn là gì?** *di-a kỉ i meo kỏo-a ban là gì*
Can I access the Internet here?	**Tôi có thể truy cập Internet ở đây không?** *toi kó tẻ troo-i kạp internet ửr day kog*
What are the charges per hour?	**Giá mỗi giờ là bao nhiêu?** *zá mỗi jùr là bao ni-yoh*
How do I log on?	**Tôi đăng nhập như thế nào?** *toi dag nạp noor té nà-o*

gói hàng	packages
lần lấy thư tiếp theo ...	next collection ...
phòng lưu thư	general delivery [poste restante]
tem	stamps
điện tín	telegrams

SOUVENIRS

You will face no difficulties when looking for souvenirs and memorabilia. There is something for everyone at affordable prices. The following is just an example of the souvenirs that you can find: antiques, bamboo products, carpets and rugs, fans, fabrics, furniture, china, jade, jewelry, kites, tea, ginseng, woks and other Vietnamese kitchen utensils. Hot items in Ho Chi Minh city fall into two main catergories: duty-free imported goods (photography equipment, electronic goods, and watches) and specialty goods (handmade crafts and accessories can be found in every region in Vietnam). Some items include traditional items and custom-made garments.

carpet	**thảm**	*tảm*
chopsticks	**đũa**	*dõo-a*
electronic goods	**hàng điện tử**	*hàg di-uhn tỏor*
handicrafts	**hàng thủ công**	*hàg tỏo kog*
lacquer painting	**tranh sơn mài**	*tran shurn ma-i*
pottery	**đồ gốm**	*dò góm*
porcelain	**đồ sứ**	*dò shóor*
prints	**tranh in**	*tran in*
puppet	**con rối**	*kon rói*
silk	**lụa**	*loo-a*
woodwork	**đồ gỗ**	*dò gõ*

Gifts

bottle of wine	**chai rượu**	*chai rew-uru*
box of chocolates	**hộp sôcôla**	*hop shokola*
calendar	**lịch**	*lik*
key ring	**vòng đeo chìa khóa**	*vòg deh-ao kì-a kwá*

postcard	**bưu thiếp** *bur-ew tí-uhp*
souvenir guidebook	**sách hướng dẫn lưu niệm** *shák héw-urg zãn lur-ew ni-uhm*
tea towel	**khăn lau khô** *kan la-oo ko*
T-shirt	**áo phông** *á-o fog*

Music

I'd like a…	**Tôi muốn một …** *toi móorn mot …*
cassette	**băng cát-xét** *bag kát-sát*
compact disc	**đĩa com-pắc** *dĩ-a kom-pák*
record	**đĩa hát** *dĩ-a hát*
videocassette	**băng video** *bag vi-de-o*
Who are the popular native singers/bands?	**Ca sĩ/ban nhạc nào đang nổi tiếng trong nước?** *ka shĩ/ban nak nào dag nỏi tí-uhg trog new-úrk*

Toys and games

I'd like a toy/game…	**Tôi muốn một đồ chơi/trò chơi…** *toi móorn mot dò chur-i/trò chur-i….*
for a boy	**cho con trai/bé trai** *ko kon trai/bé trai*
for a 5-year-old girl	**cho bé gái 5 tuổi** *ko bé gá-i nam tỏori*
ball	**quả bóng** *kwả bóg*
chess set	**bộ cờ vua** *bo kùr voo-a*
doll	**búp bê** *bóop be*
electronic game	**trò chơi điện tử** *trò chur-i di-uhn tỏor*
pail and shovel [bucket and spade]	**xô và xẻng** *so và sẻg*
teddy bear	**gấu bông** *góh bog*

Antiques

How old is this?	**Nó được bao nhiêu năm rồi?** *nó dew-urk bao ni-yoh nam ròi*
Do you have anything from the…dynasty?	**Bạn có cái nào từ triều đại … ?** *ban kó ká-i nà-o tòor trì-yoh dai …*

Can you send it to me?	**Bạn có thể gửi nó đến cho tôi không?** *ban kó tẻ gỏor-i nó dén cho toi kog*
Will I have problems with customs?	**Tôi có gặp vấn đề gì về hải quan không?** *toi kó gap ván dè gì vè hả-i kwan kog*
Is there a certificate of authenticity?	**Có giấy chứng nhận tính xác thực không?** *kó jáy chóorg nan tín sák toork kog*

YOU MAY SEE

chỉ tiền mặt	cash only
sản phẩm lau rửa	cleaning products
sản phẩm sữa	dairy products
cá tươi	fresh fish
thịt tươi	fresh meat
sản phẩm tươi sống	fresh produce
đồ đông lạnh	frozen foods
hàng gia đình	household goods
thịt gia cầm	poultry
hoa quả đóng hộp/rau	canned fruit/vegetables
rượu	wines
bánh mì và bánh ngọt	bread and cakes

SUPERMARKET/MINIMART

In Ho Chi Minh and Ha Noi, you can find plenty of department stores and supermarkets which sell Western food products such as bread, cheese, coffee, jam, etc. Vietnamese people tend to shop at their local markets. In some major markets, you can also find some businesses peddling Western goods (be prepared to bargain).

At the supermarket

Excuse me, where can I find (a)… ?	**Xin lỗi, tôi có thể tìm (một) … ở đâu?** *sin lỗi, toi kó tẻ tìm (mot) … ửr doh*
Do I pay for this here or at the checkout?	**Tôi trả tiền ở đây hay ở quầy thu tiền?** *toi trẻ tì-uhn ửr day hay ửr kwày too tì-uhn*
Where are the carts [trolleys]/ baskets?	**Giỏ hàng ở đâu?** *zỏ hàg ửr doh*

Is there a …here?	**Có … ở đây không?** _kó … ử dáy kog_
pharmacy	**dược phẩm** _zew-urk fẩm_
delicatessen	**đồ ăn sẵn** _dò an shãn_

WEIGHTS AND MEASURES

- **1 kilogram** or **kilo (kg)** = **1000 grams (g)**; **100 g** = 3.5 oz.;
  1 kg = 2.2 lb.; 1 oz. = **28.35 g**; 1 lb. = **453.60 g**
- **1 liter (l)** = 0.88 imp. quart or 1.06 U.S. quart; 1 imp. quart = **1.14 l**
  1 U.S. quart = **0.951 l**; 1 imp. gallon = **4.55 l**; 1 U.S. gallon = **3.8 l**

YOU MAY SEE

ăn trong vòng … ngày mở nắp	eat within … days of opening
giữ lạnh	keep refrigerated
có thể nấu trong lò vi sóng	microwaveable
hâm lại trước khi dùng	reheat before eating
thích hợp cho người ăn chay	suitable for vegetarians
sử dụng theo …	use by …

AT THE MINIMART

I'd like some of that/those.	**Tôi muốn một số cái đó.** _toi móorn mot shó ká-i do_
this one/those	**cái này/những cái kia** _ká-i nay/nõorg ká-i kia_
to the left/right	**bên trái/phải** _ben trái/fải_
over there/here	**đằng kia/ở đây** _dàg kia/ửr day_
Which one/ones?	**Cái/những cái nào?** _ká-i/nõorg ká-i nà-o_
I'd like (a)…	**Tôi muốn (một) …** _toi móorn (mot) …_
bag of chips [crisps]	**túi khoai tây rán** _tóo-i kwai tay rán_
bottle of wine	**chai rượi** _chai rew-ur-i_
can [tin] of cola	**lon coca** _lon koka_
carton of milk	**hộp sữa** _hop shũr-a_
jar of jam	**bình mứt** _bìn móort_
half-dozen eggs	**nửa tá trứng** _nử-a tá tróorg_
half-kilo of tomatoes	**nửa cân cà chua** _nử-a kan kà koo-a_

kilo of apples	**một cân táo** *mot kan tá-o*	
liter of milk	**một lít sữa** *mot lít shūr-a*	
piece of cake	**một miếng bánh** *mot mí-uhg bán*	
…slices of ham	**… lát thịt giăm bông** *… lát tit jam bog*	
100 grams of cheese	**100 lạng phó mát** *mot tram lag fó mát*	
That's all, thanks.	**Thế thôi, cám ơn.** *té toi, kám urn*	

Picnic Provisions

bơ	*bur*	butter
phó mát	*fó mát*	cheese
bánh quy	*bán kwi*	cookies [biscuits]
trứng	*tróorg*	eggs
nho	*no*	grapes
kem ăn	*kem an*	ice cream
cà phê hòa tan	*kà fe hwà tan*	instant coffee
(một ổ) bánh mì	*(mot ỏ) bán mì*	(loaf of) bread
bơ thực vật	*bur toork vat*	margarine
sữa	*shūr-a*	milk
khoai tây rán	*kwai tay rán*	potato chips [crisps]
bánh mì nhỏ	*bán mì nỏ*	rolls
xúc xích	*sóok sík*	sausages
túi trà	*tóo-i trà*	tea bags
bia	*bia*	beer
nước ngọt	*new-úrk got*	soft drink
rượu	*rew-uru*	wine

You can find deep fried bread rolls as well as other western bread rolls/ bread for sale at street stalls and in local restaurants.

steamed glutinous rice	**xôi** *xoi*
clay-oven bread	**bánh mì nướng** *bán mì néw-urg*
steamed or fried bread rolls	**bánh mì hấp hoặc rán** *bán mì háp hwak rán*

HEALTH

Before you leave, make sure your health insurance covers any illness or accidents while abroad. If not, ask your insurance representative or travel agent for special health insurance. You do not need any vaccinations before entering Vietnam but check before you leave as the requirements may change.

In major cities like Ho Chi Minh and Ha Noi, there are always large hospitals with some up-to-date facilities like Bach Mai hospital. For minor ailments, pharmacists can often recommend and supply medications. Besides government-operated hospitals, there are also private hospitals and clinics. Not all hotels include health services for tourists but you can ask your interpreter/guide or hotel receptionist to take you to a hospital. It is advisable beforehand that you ask your tour operator if health services are available.

Foreign tourists treated in a Vietnamese hospital must pay a registration fee plus the cost of any medication, and there is an additional charge in case of hospitalization. Treatment may involve a combination of modern and traditional Chinese medicine (e.g. accupuncture) as well as traditional Vietnamese medicine. You can always decline if you have any objections.

DOCTOR/GENERAL

Where can I find a doctor/dentist?
Tôi có thể tìm bác sĩ/nha sĩ ở đâu?
toi kó tẻ tìm bák shĩ/na shĩ ửr do?

Where's there a doctor/dentist who speaks English?
Ở đâu có bác sĩ/nha sĩ nói biết tiếng Anh?
ửr doh kó bák shĩ/na shĩ bí-uht tí-uhg an

Could the doctor come to see me here?
Bác sĩ có thể đến đây khám cho tôi không?
bák shĩ kó tẻ dén day kám cho toi kog

Can I make an appointment for …?
Tôi có thể hẹn gặp … không?
toi kó tẻ hen gap … kog

today/tomorrow
hôm nay/ngày mai *hom nay/gày ma-i*

as soon as possible
càng sớm càng tốt *kàg shúrm kàg tót*

It's urgent.
Khẩn cấp. *kản káp*

I have an appointment with Doctor …
Tôi có hẹn với Bác sĩ …
toi kó hen vửr-i bák shĩ …

Accident and injury

My ... is hurt/injured.	**... tôi bị thương.** *... toi bi tew-urg*
husband/wife	**chồng và/vợ** *chòg và/vur*
son/daughter	**con trai/con gái** *kon trai/kon gái*
friend	**bạn bè** *ban bè*
He/She is...	**Ông/bà ...** *og/bà ...*
unconscious, (seriously) injured	**bất tỉnh, thật sự bị thương** *bát tỉn, tat shoor bi tew-urg*
He/She is bleeding (heavily).	**Ông/bà đang chảy máu (nhiều)** *og/bà dag chảy má-oo (nì-yoh)*
I have a/an ...	**Tôi bị ...** *toi bi ...*
blister	**bỏng** *bỏg*
boil	**sưng** *shoorg*
bruise	**bầm tím** *bàm tím*
burn	**cháy** *cháy*
cut	**cắt** *kát*
graze	**xước da** *séw-urk za*
insect bite	**côn trùng cắn** *kon tròog kán*
lump	**u lồi lên** *oo lòi len*
rash	**phát ban** *fát ban*
sting	**đốt** *dót*
strained muscle	**căng cơ** *kag kur*
swelling	**sưng tấy** *shoorg táy*
wound	**thương** *tew-urg*
My ... hurts.	**... của tôi đau nhức.** *... kỏo-a toi da-oo nóork*

Symptoms

I've been feeling ill for … days.	**Tôi cảm thấy ốm … ngày rồi.** *toi kảm táy óm … gày ròi*
I feel faint.	**Tôi thấy chóng mặt.** *toi táy chóg mat*
I feel feverish.	**Tôi thấy nóng sốt.** *toi táy nóg shót*
I've been vomiting.	**Tôi buồn nôn.** *toi bòorn non*
I have diarrhea.	**Tôi bị bệnh tiêu chảy.** *toi bi ben ti-yoh kảy*
It hurts here.	**Nó đau ở đây.** *nó da-oo ửr day*
I have (a/an) …	**Tôi bị …** *toi bi …*
backache	**đau lưng** *da-oo loorg*
cold	**cảm** *kảm*
cramps	**chuột rút** *choort róot*
earache	**đau tai** *da-oo ta-i*
headache	**đau đầu** *da-oo dòh*
sore throat	**đau họng** *da-oo hog*
stiff neck	**cương cổ** *kew-urg kỏ*
stomachache	**đau dạ dày** *da-oo za zày*
sunstroke	**say nắng** *shay nág*

Health conditions

I have arthritis.	**Tôi bị viêm khớp.** *toi bi vi-uhm kúrp*
I have asthma.	**Tôi bị hen.** *toi bi hen*
I am …	**Tôi bị …** *toi bi …* Only used in the description of certain diseases used in the form of adjectives (deaf, diabetic, etc.).
deaf	**điếc** *dí-uhk*
diabetic	**bệnh đái đường** *ben dá-i dèw-urg*
epileptic	**động kinh** *dog kin*
handicapped	**tật nguyền** *tat goo-ìn*
I'm … months pregnant.	**Tôi có thai … tháng** *toi kó tai … tág*
I have a heart condition.	**Tôi bị bệnh tim.** *toi bi ben tim*
I have high blood pressure.	**Tôi bị huyết áp cao.** *toi bi hoo-yít áp kao*
I had a heart attack … years ago.	**Tôi bị đau tim cách đây … năm.** *toi bi da-oo tim kák dai … nam*

YOU MAY HEAR

Bạn cảm thấy như thế này bao lâu rồi?	*ban kảm tẩy nur tế này bao log ròi*	How long have you been feeling like this?
Đây là lần đầu tiên bạn bị thế này?	*day là làn dòh tin ban bị tế này*	Is this the first time you've had this?
Bạn đang uống bất kỳ loại thuốc nào không?	*ban dag ốorg bàt kì lwai toork nào kog*	Are you taking any other medication?
Bạn có dị ứng với bất kỳ thứ gì không?	*ban kổ di ừng vối bắt kì từr zỉ kog*	Are you allergic to anything?
Bạn đã tiêm vắc-xin phòng uốn ván chưa?	*ban dã ti-uhm vàk-sin fòg oorn van chur-a*	Have you been vaccinated against tetanus?
Bạn vẫn thấy ngon miệng chứ?	*ban vẫn twày gon mi-ugh chừr*	Is your appetite okay?

Examination

Tôi sẽ kiểm tra nhiệt độ/huyết áp của bạn.	*toi sẽ ki-ủhm tra ni-ut do/hwoo-yit áp kỏo-a-ban*	I'll take your temperature/ blood pressure.
Vui lòng xắn tay áo lên.	*vui lòg sàg tay ào lein*	Roll up your sleeve, please.
Vui lòng cởi áo đến ngang thắt lưng.	*vui lòg kửr-i ào dè-in gag tàk lurg.*	Please undress to the waist.
Vui lòng nằm xuống.	*vui lòg nàm soòrg*	Please lie down.
Hãy mở miệng ra.	*hãy mửr mi-uhg ra*	Open your mouth.
Hãy thở sâu.	*hãy tửr soh*	Breathe deeply.
Hãy ho ra.	*hãy ho ra*	Cough, please.
Đau ở đâu?	*da-oo ửr doh*	Where does it hurt?
Có đau ở đây không?	*kò da-oo ửr dai kog*	Does it hurt here?

Diagnosis

Tôi muốn bạn chụp tia X.	*toi moòg ban choope tia x*	I want you to have an x-ray.
Tôi muốn mẫu xét nghiệm máu/phân/ nước tiểu của bạn	*toi moòrg moh sèk gi-uhm mà-oo/fan/ new-ùrk ti-ủh koỏ-a ban*	I want a specimen of your blood/stool/urine.
Tôi muốn bạn đến gặp bác sĩ chuyên khoa.	*toi moòg ban dein gak bàk sĩ choo-in kwa*	I want you to see a specialist.
Tôi muốn bạn đến bệnh viện.	*toi moòg ban deǐn beig vi-uhn*	I want you to go to the hospital
Bị gãy xương/bong gân.	*bị gãy sew-urg/bog gan*	It's broken/sprained.
Bị trật khớp/bóc ra.	*bị trạk kùrp/bòk ra*	It's dislocated/torn.
Bạn bị ...	*ban bị*	You have (a/an) ...
viêm ruột thừa	*vi-uhm roọk tur-à*	appendicitis
viêm bàng quang	*vi-uhm bàg qoo-ag*	cystitis
cúm	*kùm*	flu
ngộ độc thức ăn	*gọh dọk tùrk an*	food poisoning
gãy xương	*gãy sew-urg*	fracture
viêm dạ dày	*vi-uhm dạ dày*	gastritis
trĩ	*trĩ*	hemorrhoids
thoát vị	*twàk vị*	hernia
viêm ...	*vi-uhm*	inflammation of ...
sởi	*sủr-i*	measles
viêm phổi	*vi-uhm fỏi*	pneumonia
đau thần kinh tọa	*da-oo tàn kin twạ*	sciatica
viêm amiđan	*vi-uhm a mi dan*	tonsillitis
u bướu	*u bew-ừr*	tumor
bệnh hoa liễu	*bẹin hwa li-yoh*	venereal disease
Nó đã bị nhiễm độc.	*nò da bị ni-uhm dọk*	It's infected.
Nó lây nhiễm.	*nò lay ni-uhm*	It's contagious.

Treatment

Tôi sẽ cho bạn …	toi sẽ cho ban	I'll give you …
thuốc khử trùng	toòrk kửr troòg	an antiseptic
thuốc giảm đau	toòrk zảm da-oo	a pain killer
Tôi sẽ kê đơn …	toi sẽ kei durn	I'm going to prescribe …
một liều thuốc kháng sinh	mot li-yòh toòrk kàg sin	a course of antibiotics
một số thuốc đạn	mot sò toòrk dạn	some suppositories
Bạn có dị ứng với bất kỳ loại thuốc nào không?	ban kò dị ừrg vừr-i bàk kĩ lwại toòrk nào kog	Are you allergic to any medication?
Uống một viên …	òorg mot vi-uhn	Take one pill
mỗi … giờ	moi … zừr	every … hours
… lần một ngày	làn mot gày	… times a day
trước/sau khi ăn	trew-ùrk/sa-oo ki an	before/after each meal
khi bị đau	ki bị da-oo	in case of pain
trong … ngày	trog gày	for … days
Hỏi ý kiến bác sĩ khi bạn về đến nhà	hỏi ĩ ki-ùhn bàk vèi dèin nà	Consult a doctor when you get home.

Parts of the body

appendix	ruột thừa roort từr-a
arm	tay tay
back	lưng loorg
bladder	bàng quang bàg kwag
bone	xương sew-urg
breast	vú vóo
chest	ngực goork
ear	tai tai
eye	mắt mát
face	mặt mat
finger	ngón tay gón tay
foot	bàn chân bàn chan
gland	tuyến too-ín
hand	bàn tay bàn tay
head	đầu dòh

heart	**tim** *tim*
jaw	**hàm** *hàm*
joint	**khớp** *kúrp*
kidney	**cật** *kat*
knee	**đầu gối** *dòh gói*
leg	**chân** *chan*
lip	**môi** *moi*
liver	**gan** *gan*
mouth	**miệng** *mi-uhg*
muscle	**cơ** *kur*
neck	**cổ** *ko*
nose	**mũi** *mõo-i*
rib	**xương sườn** *sew-urg shèw-urn*
shoulder	**vai** *vai*
skin	**da** *za*
stomach	**dạ dày** *za zày*
thigh	**đùi** *dòo-i*
throat	**họng** *hog*
thumb	**ngón cái** *gón ká-i*
toe	**ngón chân** *gón chan*
tongue	**lưỡi** *lew-ũr-i*
tonsils	**amiđan** *amidan*
vein	**gân** *gan*

GYNECOLOGIST

I have …	**Tôi bị …** *toi bi …*
abdominal pains	**đau bụng** *da-oo boog*
menstrual cramps	**đau kinh nguyệt** *da-oo kin goo-yit*
a vaginal infection	**nhiễm trùng âm đạo** *nĩ-uhm tròog am dao*
I haven't had my period for … months.	**Tôi đã không có kinh trong … tháng.** *toi dã kog kó kin trog … tág*
I'm on the Pill.	**Tôi đang dùng thuốc tránh thai.** *toi dag zòog tóork trán ta-i*

HOSPITAL

Please notify my family.	**Xin hãy thông báo cho gia đình tôi.** *sin hãy tog báo cho za dìn toi*

I'm in pain.	**Tôi đang đau.** *toi dag da-oo*
I can't eat/sleep.	**Tôi không thể ăn/ngủ.** *toi kog tẻ an/gỏo*
When will the doctor come?	**Khi nào bác sĩ sẽ đến?** *ki nao bák shĩ shẽ dén*
Which ward is … in?	**… ở khu nào?** *… ửr koo nà-o*
I'm visiting …	**Tôi đến thăm …** *toi dén tam …*

OPTICIAN

I'm near- [short-] sighted/ far- [long-] sighted.	**Tôi bị cận thị/viễn thị.** *toi bi kan ti/vĩ-uhn ti*
I've lost one of my contact lenses.	**Tôi làm mất kính áp tròng của mình rồi.** *toi làm mát kín áp tròg kỏo-a mìn ròi*
my glasses/a lens	**kính/kính lúp của tôi** *kín/kín lóop kỏo-a toi*
Could you give me a replacement?	**Bạn có thể lấy cho tôi cái thay thế không?** *ban kó tẻ láy cho toi ká-i tay té kog*

YOU MAY HEAR

Toi kỏo-uhn bi ti-uhm/gay me.	I'm going to give you an injection/an anesthetic.
Ban kàn mot kõ hàn rag/tan rag.	You need a filling/cap [crown].
Toi shẽ fải láy nó ra.	I'll have to take it out.
Toi kỉ kó tẻ tam tùr-i gán nó lai.	I can only fix it temporarily.
Kog dew-urk an gì trog vòg … jùr.	Don't eat anything for … hours.

DENTIST

I have a toothache.	**Tôi bị đau răng.** *toi bi da-oo rag*
This tooth hurts.	**Cái răng này đau quá.** *ká-i rag này da-oo kwá*
I've lost a filling/tooth.	**Tôi mất một chỗ hàn răng/cái răng.** *toi mát mot chỗ hàn rag/ká-i rag*
Can you repair this denture?	**Bác sĩ có thể sửa cái răng giả này không?** *bák shĩ kó tẻ shửr-a ká-i rag zả này kog*

| I don't want it extracted. | **Tôi không muốn nhổ nó ra.** |
| | *toi kog móorn nỏ nó ra* |

PAYMENT AND INSURANCE

| How much do I owe you? | **Tôi nợ bạn bao nhiêu?** |
| | *toi nur bao ni-yoh* |

| I have insurance. | **Tôi có bảo hiểm.** |
| | *toi kó bao hi-uhm* |

| Can I have a receipt for my insurance? | **Tôi có thể lấy biên lai để thanh toán bảo hiểm không?** |
| | *toi kó tẻ láy bi-uhm lai dẻ tan twán bả-o hỉ-uhm kog* |

| Would you fill out this health insurance form? | **Vui lòng điền vào mẫu đơn bảo hiểm này?** |
| | *voo-i lòg dì-uhm và-o mõh durn bả-o hỉ-uhm này* |

DICTIONARY
ENGLISH-VIETNAMESE

Most terms in this dictionary are either followed by an example or cross-referenced to pages where the word appears in a phrase. The notes below provide some basic grammar guidelines.

NOUNS AND ADJECTIVES

There are no articles (a, an, the) or singular or plural in Vietnamese. Whether the noun is singular or plural is judged from the context, or by a number modifying the noun. Unlike in English, nouns precede adjectives.

VERBS

Vietnamese verbs are even more invariable than English ones, with no differences between singular and plural forms.

Tôi học	I learn
bạn học	you learn (singular)
anh/co(ông/bà) ấy học	he/she learns
chúng tôi học	we learn
các bạn học	you learn (plural)
họ học	they learn

PAST TENSE

The prefix '**đã**' is placed before the verb to show that the action has been completed.

Tôi ăn sáng mỗi ngày.	I eat breakfast everyday.
Hôm nay tôi đã ăn sáng.	I ate breakfast today.

FUTURE TENSE

The prefix '**sẽ**' is placed before the verb.

Tôi học tiếng Việt.	I learn Vietnamese.
Năm sau tôi sẽ học tiếng Việt.	Next year I'm going to learn Vietnamese.

DICTIONARY ENGLISH-VIETNAMESE

a few một vài *mot vài*
a little một ít *mot ít*
a lot nhiều *nì-yoh*
a.m. chiều *chì-yoh*
abbey tu viện *too vi-uhn*
about *(approximately)* khoảng *kwǎg*
abroad nước ngoài *new-úrk gwài*
accept, to chấp nhập *cháp nan*
access only chỉ được vào
chỉ dew-urk và-o
accident tai nạn *tai nan*
accidentally tình cờ *tìn kừr*
accompaniments *(food)*
vật kèm theo *vat kèm teh-ao*
accompany, to đi cùng *di kòog*
acne mụn trứng cá *moon tróorg ká*
acrylic akrilik *akrilik*
actor/actress nam diễn viên/nữ diễn
viên *nam zĩ-uhn vi-uhn/nõor zĩ-uhn
vi-uhn*
adapter ống nối *óg nó-i*
address *(n)* địa chỉ *di-a chỉ*
adjoining room phòng kế bên
fòg ké ben
admission charge phí vào cửa
fí và-o kừr-a
adult *(n)* người lớn *gèw-ur-i lúrn*
after *(time)* sau khi *sha-oo ki*
after-shave sau khi cạo
sha-oo ki kao
after-sun lotion sữa dưỡng sau khi ra
nắng *shữr-a zẽw-urg sha-oo ki ra nág*
afternoon, in the vào buổi chiều
và-o bỏoi chì-yoh
aged: to be ~ già đi: bị già đi
zà đi: bị zà đi
ago cách đây *kák day*
agree: I don't agree đồng ý: tôi
không đồng ý *dòg í: toi kog dòg í*

air: ~ conditioning không khí: điều
khí *kog kí: dì-yoh hwà kog kí*
~ mattress đệm không khí
dem kog kí
~ pump bơm không khí *burm kog kí*
~ sickness bag túi nôn *tóo-i non*
~mail thư hàng không *toor hàg kog*
airport sân bay *shan bay*
aisle seat ghế giữa các hàng
gé jữr-a kák hàng
alarm clock đồng hồ báo thức
dòg hò bá-o tóork
alcoholic *(drink)* đồ uống cồn
dò óorg kòn
all tất cả *tát kả*
allergic, to be bị dị ứng *bi zi óorg*
allergy dị ứng *zi óorg*
allowance trợ cấp *tro káp*
almost hầu như *hòh noor*
alone một mình *mot mìn*
already rồi *ròi*
also cũng *kõog*
alter, to thay đổi *tay dỏ-i*
alternative route tuyến đường khác,
too-ín dèw-urg kák
alumin(i)um foil lá nhôm *lá nom*
always luôn luôn *loorn loorn*
a.m. sáng *shág*
am: I am sáng: 1 giờ sáng
shág: mot jùr shág
amazing ngạc nhiên *gak ni-uhn*
ambassador đại sứ *dai shóor*
ambulance xe cứu thương *se kúr-ew
tew-urg*
American Mĩ *me*
amount số lượng *shó lew-urg*
amusement arcade gian giải trí
zan zả-i trí
anaesthetic thuốc gây mê *tóork
gay me*
and và *và*
animal động vật *dog vat*
anorak áo có mũ trùm đầu
á-o kó mõo tròom dòh

another khác *kák*

antacid chất làm giảm độ axit dạ dày *chát làm zảm do asit za zày*

antibiotics thuốc kháng sinh *tóork kág shin*

antifreeze chất chống đông *chát chóg dog*

antique đồ cổ *dò kò*

~ store cửa hiệu đồ cổ *kử-a hi-yoh dò kò*

antiseptic cream thuốc khử trùng *tóork chóor tròog*

any bất kỳ *bát kì*

anyone: ~ else bất kỳ ai: bất kỳ ai khác *bát kì ai: bát kì ai kák*

does anyone speak English? có bất kỳ ai khác nói tiếng Anh không *kó bát kì ai kák nói tí-uhg an kog?*

anything else? bất kỳ cái gì khác? *bát kì ká-i gì kák*

apartment căn hộ *kan ho*

apologize: I apologize xin lỗi: tôi xin lỗi *sin lõ-i: toi sin lõ-i*

appendicitis viêm ruột thừa *vi-uhm roort tùr-a*

appendix ruột thừa *roort tùr-a*

appetite sự ngon miệng *shoor gon mi-uhg*

appointment *(to make an …)* hẹn gặp *hen gap*

approximately khoảng *kwảg*

April tháng tư *tág toor*

architect kiến trúc sư *kí-uhn tróok shoor*

are there…? có … không *kó … kog*

arm cánh tay *kán tay*

around *(time)* khoảng *kwảg*

arrive, to đến *dén*

art gallery phòng trưng bày nghệ thuật *fòg troorg bày ge too-uht*

arthritis, to have bị viêm khớp *bi vi-uhm kúrp*

artificial sweetener đường nhân tạo *dèw-urg nan tao*

artist nghệ sĩ, họa sĩ *ge shĩ, hwa shĩ*

ashtray cái gạt tàn *ká-i gat tàn*

ask *(+for)*: **I asked for** yêu cầu: tôi yêu cầu *i-ew kòh: toi i-ew kòh*

aspirin atpirin *atpirin*

asthma, to have bị hen suyễn *bi hen shoo-ĩn*

at *(place)* ở tại *ử tai*

at *(time)* vào lúc *và-o look*

at last! cuối cùng *kóori kòog*

at least ít nhất *ít nát*

athletics điền kinh *di-uhn kin*

ATM/cash machine ATM/máy rút tiền tự động *ei-ti-em/máy róot ti-uhn toor dog*

attractive hấp dẫn *háp zãn*

August tháng Tám *tág Tám*

aunt dì *zì*

Australia Úc *óok*

Australian người Úc *gèw-ur-i óok*

authentic: is it authentic? xác thực: nó có không? *sák toork nó kó kog*

authenticity tính xác thực *tín sák toork*

automatic *(car)* tự động *toor dog*

automatic camera camera tự động *kamera toor dog*

automobile xe ôtô *se oto*

autumn mùa thu *mòo-a too*

away *(from)* cách xa *kák sa*

awful oai nghiêm *wa-i gi-uhm*

B

baby trẻ em *trẻ em*

~ food thức ăn trẻ em *tóork an trẻ em*

~ wipes khăn trẻ em *kan trẻ em*

~-sitter người trong trẻ *gèw-ur-i trog trẻ*

back *(of head)* gáy *gáy*

(of body) lưng *loorg*

~ache đau lưng *da-oo loorg*

back by, to be *(return)* quay lại lúc *kway lai lóok*

backpacking balô đeo vai *balo deh-ao vai*

bad *(quality)* dở *zử, sóh, zử;*

(appearance) xấu *sóh*

bag túi *tóo-i*

baggage hành lý *hàn lí*
~ check biên nhận hành lý *bi-uhn nan hàn lí*
~ reclaim lấy lại hành lý *láy lai hàn lí*
bakery hiệu bánh *hi-yoh bán*
balcony ban công *ban kog*
ball quả bóng *kwả bóg*
ballet vũ ba-lê *võo ba-le*
band ban nhạc *ban nak*
bandage *(n)* băng gạc *bag gak*
(v) quấn băng *kwán bag*
bank ngân hàng *gan hàg*
bar quán rượu *kwán rew-uru*
barber thợ cắt tóc *tur kát tók*
basement tầng hầm *tàg hàm*
basket cái rổ *kai rỏ*
basketball bóng rổ *bóg rỏ*
bath bồn tắm *bòn tám*
~towel khăn tắm *kan tám*
bathroom *(toilet)* nhà vệ sinh *nà ve shin* *(with bath)* nhà tắm *nà tam*
battery pin *pin*
battle site chiến trường *chí-uhn trèw-urg*
be, to thì, là *tì, là*
'To be' can be ignored *(or implied)* instead of shown directly in a sentence. For example, 'she's nice' in Vietnamese, is translated as 'cô ấy thật tốt', the adjective *(thật tốt)* is put directly after the subject *(cô ấy)*.
beach bãi biển *bã-i bỉ-uhn*
beard râu *roh*
beautiful đẹp *dep*
because *(of)* bởi vì *bửr-i vì*
bed cái giường *ká-i jèw-urg*
~ and breakfast phòng và bữa sáng *fòg và bữr-a shág*
bedding bộ trải giường *bo trả-i jèw-urg*
bedroom phòng ngủ *fòg gỏo*
beer bia *bia*
before trước khi *tréw-urk ki*
begin, to bắt đầu *bát doh*
beige màu be *mà-oo be*

belong: this belongs to me thuộc về, nó thuộc về tôi *toork vè: nó toork vè toi*
belt dây lưng *zai loorg*
berth giường nằm *jèw-urg nàm*
best tốt nhất *tót nát*
better tốt hơn *tót hurn*
between *(time)* giữa *jữr-a*
~ jobs *(unemployed)* thất nghiệp *tát gi-uhp*
beyond repair *(car)* không thể sửa *kog tẻ shủr-a*
bib yếm *í-uhm*
bicycle xe đạp *se dap*
~ hire thuê xe đạp *too-ei se dap*
bidet chậu vệ sinh *choh ve shin*
big lớn *lúrn*
bigger lớn hơn *lúrn hurn*
bikini áo tắm hai mảnh *á-o tám hai mản*
bill *(check)* hóa đơn *hwá durn*
bin liner túi lót thùng rác *tóo-i lót tòog rák*
binoculars ống nhòm *óg nòm*
bird con chim *kon chim*
birthday ngày sinh *gày shin*
biscuits bánh quy *bán kwi*
bite *(insect)* cắn *kán*
bitten: I've been bitten by a dog bị cắn: tôi bị chó cắn *bi kán: toi bi chó kán*
bitter đắng *dág*
bizarre kỳ lạ *kì la*
black đen *den*
~ and white đen và trắng *den và trág*
film *(camera)* phim *fim*
bladder bàng quang *bàg kwag*
blanket chăn *kan*
bleach *(n)* chất tẩy trắng *chát tẩy trág* *(v)* tẩy trắng *tẩy trág*
bleeding chảy máu *gchảy má-oo*
blinds người mù *gèw-ur-i mòo*
blister thuốc làm giộp da *tóork làm jop za*
blocked, to be bị chắn *bi chán*
blood máu *má-oo*

~ **group** nhóm máu *nóm má-oo*

~ **pressure** *(high)* huyết áp *hoo-yít áp*

blouse áo choàng *á-o kwàg*

blue xanh dương *san zew-urg*

board, on lên tàu *len tà-oo*

boat tàu *tà-oo*

~ **trip** chuyến du thuyền *choo-ín zoo too-in*

boil sôi *shoi*

boiled được nấu sôi *dew-urk nóh shoi*

bone xương *sew-urg*

book sách *shák*

~**store** hiệu sách *hi-yoh shák*

book, to đặt *dat*

booked up, to be đặt trước *dat tréw-urk*

booklet of tickets xấp vé *sáp vé*

boots *(sports)* giày ống *zày óg*

boring chán *kán*

born: I was born in được sinh ra: Tôi được sinh ra ở *dew-urk shin ra: toi dew-urk shin ra ử*

borrow: may I borrow your ...? mượn: tôi có thể mượn ... của bạn không? *mew-urn: toi kó tể mew-urn ... kỏo-a ban kog*

botanical garden vườn bách thảo *vèw-urn bák tả-o*

bottle chai *chai*

~ **of wine** chai rượu *chai rew-uru*

~**opener** cái mở nắp chai *ká-i mử nắp chai*

bottled *(beer)* đóng chai *dóg chai*

bowel ruột *roort*

bowls cái bát *ká-i bát*

box of chocolates hộp sôcôla *hop shokola*

boy con trai *kon trai*

boyfriend bạn trai *ban trai*

bra áo ngực *á-o goork*

bracelet vòng tay *vòg tay*

bread bánh mì *bán mì*

bread: loaf of ~ bánh mì: ổ bánh mì *bán mì: ổ bán mì*

break, to vỡ *vữr*

break down: the cooker has hỏng: bếp hỏng rồi *hỏg: bép hỏg roi*

broken down vỡ ra *vữr ra*

breakdown hỏng *hỏg*

~ **truck** xe tải thu dọn *se tả-i too zon*

have a ~ *(of car)* có một vụ hỏng xe *kó mot voo hỏg se*

breakfast bữa sáng *bữr-a shág*

breast vú *vóo*

breathe, to thở ra *tửr ra*

bridge cầu *kòh*

briefs quần bó *kwàn bó*

bring someone, to chở ai đó đến *chử ai dó dén*

Britain nước Anh *new-úrk an*

British người Anh *gèw-ur-i an*

brochure tập sách mỏng *tap shák mỏg*

broken, to be *(bone)* bị gãy *bi gãy*

bronchitis viêm phế quản *vi-uhm fé kwản*

brooch trâm *tram*

brother *(older)* anh trai *an trai*

(younger) em trai *em trai*

brown nâu *noh*

browse, to duyệt *zoo-yit*

bruise vết thâm *vét tam*

bucket thùng *tòog*

building tòa nhà *twà nà*

built, to be được xây dựng *dew-urk sai zoorg*

bulletin board bảng tin *bảg tin*

bureau de change Quầy đổi tiền *qòo-ai dỏy tìn*

burger thịt băm viên *tit bam vi-uhn*

~ **stand** quầy thịt băm viên *kwày tit bam vi-uhn*

burn vết bỏng *vét bỏg*

bus xe buýt *se boo-yít*

~ **route** tuyến xe buýt *too-ín se boo-yít*

~ **station** bến xe buýt *bén se boo-yít*

~ **stop** trạm xe buýt *tram se boo-yít*

business kinh doanh *kin zwan*

~ **class** lớp kinh doanh *lúrp kin zwan*

~ **trip** chuyến công tác *choo-ín kog ták*

on ~ đang đi công tác *dag di kog ták*
busy *(occupied)* bận rộn *ban ron*
butane gas khí đốt *kí dốt*
butcher người hàng thịt *gèw-ur-i hàg tit*
butter bơ *bur*
button nút *nóot*
buy, to mua *moo-a*
by *(near) (time)* gần *gàn*
~ bus bằng xe buýt *bàg se boo-yít*
~ car *(as passenger) (as driver)* bằng xe ôtô *bàg se oto*
~ ferry bằng phà *bàg fà*
~ plane bằng máy bay *bàg máy bay*
~ train bằng tàu hỏa *bàg tà-oo hwả*
~ credit card bằng thẻ tín dụng *bàg tẻ tín zoog*
bye! tạm biệt! *tam bi-uht!*

cabin phòng cabin *fòg kabin*
cable TV tivi cáp *troo-ìn hìn káp*
café quán cà phê *Kwán kà fe*
cagoule áo khoác nhẹ có mũ không thấm nước *á-o kwák ne kó mõo kog tám new-úrk*
cake bánh *báan*
calendar lịch *lik*
call, to gọi điện thoại *goi di-uhn twai*
~ collect nhận điện thoại *nan di-uhn twai*
~ for someone gọi cho ai *goi ko ai*
call the police! gọi cảnh sát *goi kản shat*
called: to be called bị gọi *bi goi*
camera máy quay phim *máy kway fim*
~ case túi đựng *tóo-i doorg*
~ store quầy *kwày*
camp, to cắm trại *kám trai*
campbed giường trại *jèw-urg trai*
camping cắm trại *kám trai*
campsite bãi cắm trại *bã-i kám trai*
can hộp *hop*
~opener cái mở hộp *ká-i mửr hop*
Canada nước Canada *new-úrk kanada*

Canadian Người Canada *gèw-ur-i kanada*
cancel, to huỷ bỏ *hỏo-i bỏ*
cancer bệnh ung thư *ben oog toor*
candles những cây nến *nõorg kai nen*
candy kẹo *keh-ao*
Cantonese tiếng Trung Quốc *tí-uhg troog kwok*
cap *(hat)* mũ lưỡi trai *mõo lew-ũr-i trai (dental)* mũ y tá *mõo i tá*
car *(automobile)* xe ôtô *se oto*
~ ferry phà fà *fà*
~ park bãi đỗ xe ôtô *bã-i dõ se oto*
~ rental [hire] cho thuê ôtô *ko too-ei oto*
by ~ đi bằng ôtô *di bàg oto*
car *(train compartment)* toa tầu *twa tòh*
carafe bình nước *bìn new-úrk*
caravan *(trailer)* nhà di động *nà zi dog*
cards *(greeting)* thiếp *tí-uhp; (credit or ID)* thẻ *tẻ*
careful: be careful! cẩn thận; cẩn thận đấy! *kẩn tan; kẩn tan day*
carpet thảm *tảm*
carrier bag túi sách có quai *tóo-i shák kó kwai*
carry-cot lều mang theo *lèw mag teh-ao*
cart xe đẩy *se dảy*
carton bìa các tông *bì-a kák tog*
cases các trường hợp *kák trèw-urg hurp*
cash tiền mặt *ti-uhn mat*
~ machine máy tiền *máy ti-uhn*
cash, to đổi tiền mặt *dỏi tì-uhn mak*
cashier [cash desk] thủ quỹ *tỏo kwĩ*
casino sòng bạc *shòg bak*
cassette băng cát sét *bag kát shét*
castle lâu đài *loh dà-i*
catch, to *(bus)* bắt xe buýt *bát se boo-yít*
cathedral thánh đường *tán dèw-urg*
Catholic thiên chúa giáo *ti-uhn chóo-a zá-o*

cave hang động *hag dog*
CD đĩa CD *dĩ-a si-di*
~-player đầu chơi đĩa CD
dòh chur-i dĩ-a si-di
cemetery nghĩa trang *gĩ-a trag*
center of town trung tâm thành
phố *troog tam tàn fó*
central heating máy sưởi ấm trung
tâm *máy shẽw-ur-i ám troog tam*
ceramics thuộc đồ gốm
toork đò góm
certificate giấy chứng nhận
jáy chóorg nan
chain dây xích *zay sík*
change *(coins)* tiền lẻ *ti-uhn lẻ*
keep the change giữ tiền thừa
jõor tì-uhn tùr-a
change, to thay đổi *tay đỏi*
changing facilities thiết bị thay thế
tí-uht bị tay té
chapel nhà thờ nhỏ *nà tùr nỏ*
charcoal than *tan*
charge(s) lệ phí *le fí*
charter flight bay bằng máy thuê
riêng *bay bàg máy bay too-ei ri-uhg*
cheap rẻ *rẻ*
cheaper than hơn rẻ hurn
check book quyển séc *kwoo-ỉn shék*
check in, to ghi tên *gi ten*
check-in desk bàn ghi tên *bàn gi ten*
checking in việc ghi tên *vi-uhk gi ten*
check out, to (hotel) trả phòng *trả fòg*
checkout *(supermarket)* nơi trả tiền
nur-i trả tì-uhn
cheers! chúc mừng! *chóok mòorg!*
cheese pho mát *fo mát*
chequebook quyển séc
kwoo-ỉn shék
chess *(set)* cờ *kùr*
chest *(body)* ngực *goork*
chewing gum kẹo cao su
keh-ao kao shoo
child đứa trẻ *dúr-a trẻ*
~ seat *(in car)* ghế trẻ em *gé trẻ em*

childminder người trông trẻ
gèw-ur-i trog trẻ
children trẻ em *trẻ em*
~ children's meals thực đơn trẻ em
toork durn trẻ em
China Nước Trung Quốc *new-úrk
troog kwók*
Chinese người Trung Kwòk *gèw-ur-i
troog kwòk*
chocolate sôcôla *shokola*
~ bar thanh kẹo sôcôla
tan keh-ao shokola
~ ice cream kem sôcôla *kem
shokola*
chopsticks đũa *dõo-a*
Christmas giáng sinh *zág shin*
church nhà thờ *nà tùr*
cigarette kiosk quầy bán thuốc lá
kwày bán tóork lá
cigarettes, packet of bao thuốc lá
bao tóork lá
cigars xi-gà *sì-gà*
cinema rạp chiếu bóng *rap chí-uhu
bóg*
claim check kiểm tra lời khai
kỉ-uhm tra lùr-i kai
clean sạch *shak*
clean, to làm sạch *lam sạch*
cliff vách đá nhô ra biển
vák da no ra bỉ-uhn
cling film phim dính *fim zín*
clinic trạm xá *tram sá*
cloakroom phòng giữ hành lý *fòg
jõor hàn lí*
clock đồng hồ treo tường
dòg hò treh-ao tèw-urg
close *(near)* gần *gàn*
close, to đóng *dóg*
clothes quần áo *kwàn á-o*
~ pins [pegs] kẹp quần áo *kep
kwàn á-o*
clothing store [clothes shop]
cửa hàng bán quần áo
kửr-a hàg bán kwàn á-o
cloudy, to be có mây *kó may*
clubs *(golf)* câu lạc bộ *koh lak bo*

coach (long-distance bus) (train compartment) xe buýt đường dài *se boo-yít dèw-urg zà-i*

~ station bến xe buýt *bén se boo-yít*

coast bờ biển *bùr bỉ-uhn*

coat áo khoác choàng *á-o kwák chwàg*

~check thẻ áo *tẻ á-o*

~hanger cái máng áo *ká-i máq á-o*

cockroach con gián *kon zán*

code (area, dialling) mã *mã*

coffee cà phê *kà fe*

coin tiền xu *tì-uhn soo*

cold (adj.) lạnh *lan*

cold (flu) cúm *kóom*

collapse: he's collapsed suy sụp: anh ấy bị suy sụp *shoo-i shoop: an áy bi shoo-i shoop*

collect, to sưu tầm *shur-ew tàm*

color màu *mà-oo*

~ film phim màu *fim mà-oo*

comb cái lược *ká-i lew-urk*

come back, to trở lại *trừr lai*

commission tiền hoa hồng *tì-uhn hwa hòg*

compact camera máy quay phim compact *máy kway fim kompak*

compact disc đĩa compact *fĩ-a kompak*

company (business) công ty *kog ti*

compartment (train) phòng riêng trên xe lửa *fòg ri-uhg tren se lửr-a*

composer người sáng tác *gèw-ur-i shág ták*

computer máy vi tính *máy vi tín*

concert buổi hoà nhạc *bỏori hwà nak*

~ hall phòng hoà nhạc *fòg hwà nak*

concession sự nhượng bộ *shoor new-urg bo*

concussion: he has ~ anh ấy bị chấn đônngj não bộ *an áy bi chán dog nã-o bo*

conditioner (hair) dầu dưỡng tóc *zòh zẽw-urg tók*

condoms bao cao su *bao kao shoo*

conductor người kiểm tra *gèw-ur-i kỉ-uhm tra*

confirm, to đảm bảo *dảm bả-o*

congratulations! Xin chúc mừng! *sin chóok mòorg!*

connection nối *nó-i*

constipation chứng táo bón *chóorg tá-o bón*

consulate tham khảo *tam kả-o*

consult, to khuyên, tư vấn *koo-in, toor ván*

contact lens kính sát tròng *kín shát tròg*

contact, to liên lạc *li-uhn lak*

contagious, to be lây lan *lai lan*

contain, to bao gồm *bao gòm*

contemporary dance điệu nhảy đương thời *di-yoh nảy dew-urg tò-i*

contraceptive để tránh thụ thai *dẻ trán too tai*

cook (chef) đầu bếp *dòh bép*

cook, to nấu nướng *nóh néw-urg*

cooker nồi nấu *no-i nóh*

cookies bánh *bán*

cooking nấu ăn *nóh an*

coolbox bình lạnh *bìn lan*

copper đồng *dòg*

copy (n.) bản sao *bản shao*

corkscrew cái vặn nút chai *ká-i van nóot chai*

corner góc *gók*

correct đúng *dóog*

cosmetics đồ trang điểm *dò trag dỉ-uhm*

cot (child's) nôi trẻ em *noi trẻ em*

cottage lều *lèw*

cotton bông *bog*

cotton wool len bông *len bog*

cough (n.) cơn ho *kurn ho* (v.) ho *ho*

country (nation) nước *new-úrk*

country music nhạc đồng quê *nak dòg kwe*

courier (guide) người đưa tin *gèw-ur-i dur-a tin*

course món ăn đưa lần lượt *món an dur-a làn lew-urt*

cousin em họ *em ho*
cover charge bao cước *bao kéw-urk*
craft shop cửa hàng bán đồ gia công
mỹ nghệ *kủr-a hàng bán dò ja kog
mĩ ge*
cramps chứng chuột rút
chóong choort róot
creche nơi giữ trẻ *nur-i jöor trẻ*
credit card thẻ tín dụng *tẻ tín zoog*
~ number số thẻ tín dụng *shó tẻ
tín zoog*
crib (child's) giường cũi cho trẻ em
jèw-urg kõo-i cho trẻ em
crisps lát khoai tây mỏng chiên giòn
lát kwai tai mỏg chi-uhn zòn
crockery bát đĩa làm bằng sành
bát đĩ-a làm bàg shành
cross (crucifix) vượt *vew-urt*
cross, to (road) vượt qua (đường)
vew-urt kwa (dèw-urg)
crossroad giao lộ *zao lo*
crowded đông đúc *dog dóok*
crown (dental) mũ (răng) *mõo (rag)*
cruise (n.) chuyến đi *choo-ín di*
crutches nạng chống *nag kóg*
crystal pha lê *fa le*
cuisine cách nấu nướng
kak nóh néw-urg
cup cốc *kók*
cupboard tủ cốc chén *tỏo kók chén*
currency tiền tệ *ti-uhn te*
~ exchange office phòng đổi tiền
fòg đỏ-i ti-uhn
curtains rèm *rèm*
customer service dịch vụ khách hàng
zik voo kák hàng
customs hải quan *hả-i kwan*
~ declaration tờ khai hải quan
tur kai hai kwan
cut cắt *kát*
~ and blowdry và thổi khô *và
tỏ-i ko*
cutlery muỗng dùng ở bàn ăn
mõorg zòog ủr bàn an
cycle route đường đi xe đạp
dèw-urg di se dap
cycling đi xe đạp *di se dap*

cystitis viêm bọng đái
vi-uhm bàg kwag

daily hàng ngày *hàg gày*
damaged, to be bị hỏng *bi hỏg*
damp làm ẩm *làm ẩm*
dance (n.) vũ điệu *võo di-yoh*
dancing, to go đi nhảy *di nảy*
dangerous nguy hiểm *goo-i hỉ-uhm*
dark tối *tó-i*
daughter con gái *kon gá-i*
dawn bình minh *bìn min*
day ngày *gày*
~ ticket vé ngày *vé gày*
~ trip chuyến đi ban ngày
choo-ín di ban gày
dead (battery) hết pin *hét pin*
deaf, to be bị điếc *bi dí-uhk*
December Tháng 12
tág mèw-ur-i hai
deck chair ghế xếp *gé sép*
declare, to khai báo *kai bá-ó*
deduct, to (money) giảm đi *jảm di*
deep sâu *shoh*
~ freeze máy ướp lạnh
máy éw-urp lan
defrost, to làm tan đá *làm tan dá*
degrees (temperature) độ đo
delay sự chậm trễ, *shoor kam trẽ,*
delicatessen thức ăn ngon *tóork
an gon*
delicious ngon *gon*
deliver, to trao gửi *trao gỏor-i*
denim vải bông chéo *vải bog kéh-ao*
dental floss dây chỉ sáp làm sạch
răng *zai kỉ sháp làm shak rag*
dentist nha sỹ *na shĩ*
dentures hàm răng giả *hàm rag zả*
deodorant chất khử mùi *chát kỏo
mòo-i*
depart, to (train, bus) khởi hành
kủr-i hàn
department quầy *kwày*
~ store quầy tạp hoá *kwày tap hwá*
departure lounge phòng khởi hành
fòg kủr-i hàn

deposit *(security)* đặt cọc *dat kok*

describe, to miêu tả *mi-yoh tả*

destination đích *dík*

details chi tiết *chi tí-uht*

detergent bột giặt *bot jat*

develop, to *(photos)* phát triển *fát trỉ-uhn*

diabetes bệnh ben

diabetic, to be bị bệnh đái đường *bi ben dá-i dèw-urg*

diagnosis chuẩn đoán *chỏo-uhn dwản*

dialling *(area)* **code** mã số điện thoại *mã shó di-uhn twai*

diamond kim cương *im kew-urg*

diapers vã lòt trẻ em *tả lót trẻ em*

diarrhea ỉa chảy *Ỉ-a chảy*

I have ~ tôi bị ỉa chảy *toi bi Ỉ-a chảy*

dice hột xúc xắc *hot sóok sák*

dictionary từ điển *tòor dỉ-uhn*

diesel dầu *zòh*

diet: I'm on a diet ăn kiêng: tôi đang ăn kiêng *an ki-uhg: toi dag an ki-uhg*

difficult khó *kó*

dining: ~ car xe chở đồ ăn *se chủr dò an*

~ room phòng ăn *fòg an*

dinner: to have ~ bữa tối: ăn cơm tối *bũr-a tó-i: an kurm tó-i*

~ jacket áo khoác *á-o kwák*

direct trực tiếp *troork í-uhp*

direction, in the ... of hướng, theo hướng *héw-urg, teh-ao héw-urg*

directions các hướng *kák héw-urg*

director *(of company)* giám đốc công ty *jám dók kog ti*

directory *(telephone)* danh bạ điện thoại *zan ba di-uhn twai*

Directory Enquiries mục danh bạ *mook zan ba*

dirty bẩn *bản*

disabled *(n.)* bị tàn tật *bi tàn tat*

discotheque sàn nhảy *shàn nảy*

discount giảm giá *zảm zá*

dish *(meal)* món ăn *món an*

~ cloth khăn ăn *kan an*

dishwashing liquid nước rửa bát *new-úrk rủr-a bát*

dislocated, to be làm trật khớp *làm trat kúrp*

display cabinet/case triển lãm *trỉ-uhn lãm*

disposable camera máy ảnh chụp xong có thể bỏ đi *máy ảnh chụp xog kó tẻ bỏ đi*

distilled water nước cất *new-úrk kát*

disturb: don't disturb quấy rầy: đừng quấy rầy *kwáy rày: dòorg kwáy rày*

dive, to lặn *lan*

diversion sự làm trệch đi *shoor làm trek đi*

diving equipment dụng cụ lặn *zoog koo lan*

divorced, to be ly dị *li zi*

dizzy: I feel dizzy chóng mặt: tôi cảm thấy chóng mặt *chóg mat: toi kảm táy chóg mat*

do: things to ~ làm: những việc cần làm *làm: nõorg vi-uhk kàn làm*

what do you do? *(job)* bạn làm nghề gì? *ban làm gè gì*

do you accept ...? bạn có chấp nhận ...không? *ban kó cháp nan...kog*

do you have ...? bạn có ...không? *ban kó...kog*

doctor bác sỹ *bák shĩ*

doesn't work không làm việc *kog làm vi-uhk*

doll búp bê *bóop be*

dollar dôla *dola*

door cửa *kủr-a*

double đôi *doi*

~ bed giường đôi *jèw-urg doi*

~ room phòng đôi *fòg doi*

downstairs dưới gác *zéw-ur-i gák*

downtown khu trung tâm *koo troog tam*

dozen một tá *mot tá*

draft *(beer)* bản nháp *bản náp*

dress váy *váy*

drink *(n.)* đồ uống *dò óorg*

drink, to uống, một... *óorg, mot...*

drinking water nước uống *new-úrk óorg*

drip, to: the faucet [tap] drips chảy nhỏ giọt *chảy nỏ jot*

drive, to lái xe *lá-i se*

driver tài xế *tà-i sé*

driver's license bằng lái xe *bàg lá-i se*

drop someone off, to chở ai *kủr'ai*

drowning: someone is drowning đuối: ai đó đang vị đuối *đóori: ai đó đag bi đóori*

drugstore quầy bán thuốc *kwày bán tóork*

drunk say *shay*

dry cleaner máy giặt khô *máy jat ko*

dry-clean, to giặt khô *jat ko*

dubbed, to be gán tên *gán ten*

dummy *(pacifier)* hình nộm *hìn nom*

during trong suốt *trog shóort*

dustbins thùng rác *tòog rák*

duty: to pay duty thuế: trả thuế *too-ei: trả too-ei*

duvet chăn bông *chan bog*

E

e-mail thư điện tử *toor di-uhn tỏor*

~ address địa chỉ ... *dia chỉ...*

ear tai *tai*

~ drops thuốc nhỏ tai *tóork nỏ tai*

~ ache đau tai *da-oo tai*

early sớm *shúrm*

earlier sớm hơn *shúrm hurn*

earrings khuyên tai *koo-in ta-i*

east phía đông *fí-a dog*

Easter lễ phục sinh *lễ fook shin*

easy dễ *zễ*

eat, to ăn *an*

economy class hạng phổ thông *hag fổ tog*

eggs trứng *tróorg*

elastic *(adj.)* dẻo *zẻh-ao*

electric: ~ shaver điện: máy cạo dâu bằng điện *di-uhn: máy kao roh bàg di-uhn*

electrical outlets quầy bán đồ điện tử *kwày bán dò di-uhn tỏor*

electricity meter đồng hồ đo điện *dòg hò do di-uhn*

electronic: ~ flash điện tử: đèn nháy điện tử *di-uhn tỏor: dèn náy di-uhn tỏor*

~ game trò chơi điện tử *trò chur-i di-uhn tỏor*

~ items đồ điện tử *dò di-uhn tỏor*

elevator cầu thang máy *kòh tag máy*

else: something else khác: thứ khác *kák: tóor kák*

embassy đại sứ quán *dai shóor kwán*

emerald ngọc lục bảo *gok look bả-o*

emergency khẩn cấp *kẩn káp*

emergency *(fire)* **exit** lối thoát khẩn cấp *ló-i twát kẩn káp*

empty vắng *vág*

enamel men răng *men rag*

end, to kết thúc *két tóok*

end: at the end cuối cùng *kóori kòog*

engaged, to be đính hôn *dín hon*

engine máy *máy*

engineering kỹ thuật *kĩ too-uht*

England nước Anh *néw-urk an*

English người Anh *gèw-ur-i an*

~-speaking nói tiếng Anh *nó-i tí-uhg an*

enjoy, to hưởng thụ *hẽw-urg too*

enlarge, to phóng to *fóg to*

enough đủ *đỏo*

that's ~ thế là đủ rồi *té là đỏo rò-i*

ensuite bathroom nhà tắm *nà tám*

entertainment guide quyển hướng dẫn giải trí *kwoo-ỉn hẽw-urg zãn jả-i trí*

entrance fee lệ phí vào cửa *le fí và-o kủr-a*

entry visa lối vào hộ tịch *ló-i và-o ho tik*

envelope phong bì *fog bì*

epileptic, to be bị động kinh *bi dog kin*

equipment (sports) dụng cụ *zoog koo*

error lỗi sai *lõ-i shai*

escalator cầu thang cuốn *kòh tag kóorn*

essential cơ bản *kur bản*

E.U. (European Union) Cộng đồng Châu Âu *kog dòng koh oh*

evening: in the ~ tối: vào buổi tối *tó-i: và-o bôori tó-i*

~ dress váy dạ hội *váy za hoi*

events sự kiện *shoor ki-uhn*

every: ~ day hàng ngày *hàg gày*

~ hour hàng giờ *hàg jùr*

~ week hàng tuần *hàg tòo-uhn*

examination (medical) kiểm tra *kỉ-uhm tra*

example, for ví dụ như *ví zoo noor*

except không kể *kog kẻ*

excess baggage quá hành lý *kwá hàn lí*

exchange, to đổi *dỏ-i*

~ rate tỷ giá hối đoái *tỉ zá hó-i dwá-i*

excluding meals bao gồm cả đồ ăn *bao gòm kả dò an*

excursion chuyến đi *choo-ín di*

excuse me (attention) Xin chú ý *sin chóo í*

excuse me? (pardon?) Xin lỗi? *sin lõ-i*

exit lối ra *ló-i ra*

expected, to be được mong đợi *dew-urk mog dur-i*

expensive đắt *dắt*

expiration [expiry] date ngày hết hạn *gảy hét han*

exposure (photos) thời gian phơi sáng *tùr-i jan fur-i shág*

express diễn đạt *zĩ-uhn dat*

extension phần mở rộng *fàn mủr rog*

extra thêm *tem*

extracted, to be nhổ răng *nỏ rag*

eye mắt *mát*

fabric vải *vả-i*

face bộ mặt *bo mat*

facial sự xoa bóp mặt *shoor swa bóp mat*

facilities những tiện nghi *nõorg ti-uhn gi*

factor (sun cream) nhân tố *nan tó*

fall (to) rụng lá *roog lá*

fall (season) mùa thu *moo-a toó*

family gia đình *za dìn*

famous nổi tiếng *nỏ-i tí-uhg*

fan cái quạt *ká-i kwat*

far xa *sa*

~-sighted cách xa *káak sa*

how far is it? nó cách xa bao nhiêu? *nó kák sa bao ni-uhu*

fare tiền ve *tì-uhn ve*

farm trang trại *trag trai*

fast nhanh *nan*

~ food thức ăn chế biến sẵn *tóork an ché bí-uhn shãn*

~ food restaurant nhà hàng bán đồ ăn nhanh *nà hàg bán dò an nan*

fat (adj) mập *map*

(n) mỡ, chất béo *mũr, chát béh-ao*

father cha *chá*

faucet vòi *vòi*

faulty: this is faulty hỏng *hỏg*

favorite được ưa thích nhất *dew-urk ur-a tík nát*

fax machine máy fax *máy fax*

February tháng hai *tág hai*

feed, to cho ăn *cho an*

feeding bottle bầu sữa cho trẻ em bú *bòh shũr-a cho trẻ em bóo*

feel ill, to cảm thấy *kảm táy*

female đàn bà *dàn bà*

ferry phà *fa*

feverish, to feel phát sốt *fát sot*

few ít *ít*

fiancé(e) hôn phu *hon foo*

field đồng ruộng *dòg roorg*

fifth thứ năm *tóor nam*

fight đấu tranh *dóh tran*

fill out, to điền vào *di-uhn và-o*

filling *(dental)* sự hàn răng *shoor hàn rag*

film phim ảnh *fim ản*

find, to tìm ra *tìm ra*

fine *(penalty)* (n) tiền phạt *tì-uhn fat*

fine *(well)* hay *hay*

finger ngón tay *gón tay*

fire: ~ alarm cháy: báo động cháy *cháy: bá-o dog cháy*

~ department [brigade] sở cứu hỏa *shử kúr-ew hwả*

~ escape thang thoát hiểm *tag twát hỉ-uhm*

~ extinguisher bình chữa cháy *bin chữr-a cháy*

there's a fire! Có hỏa hoạn! *kó hwả hwan*

firewood củi *kỏo-i*

first thứ nhất *tóor nát*

~ class *(ticket)* vé hạng nhất *vé hag nát*

fish restaurant nhà hàng thủy hải sản *nà hàg tỏo-i hả-i shản*

fish store [fishmonger] người bán cá *gèw-ur-i bán ká*

fit, to *(of clothes)* vừa hợp *vùr-a hurp*

fitting room đồ đạc trong nhà *dò dak trog nà*

fix, to sửa chữa *shửr-a kửr-a*

flashlight đèn nháy *dèn náy*

flat *(puncture)* dát mỏng *zát mỏg*

flavor: what flavors do you have? bạn có những vị nào? *ban kó nõorg vi nà-o*

flea con bọ chét *kon bo chét*

flight chuyến bay *choo-ín bay*

~ number số hiệu bay *shó hi-yoh bay*

flip-flops dép tông *zép tog*

floor tầng *tàg*

florist người bán hoa *gèw-ur-i bán hwa*

flour bột mì *bot mì*

flower hoa *hwa*

flu bệnh cúm *ben kóom*

flush: the toilet won't flush dội nước: nhà vệ sinh không dội nước *zoi new-úrk: na ve shin kog zoi new-úrk*

fly *(insect)* con ruồi *kon ròoi*

foggy, to be có sương mù *kó shew-urg mòo*

folk art nghệ thuật dân tộc *ge too-uht zan tok*

folk music âm nhạc dân tộc *am nak zan tok*

follow, to theo *teh-ao*

food thức ăn *tóork an*

~ poisoning ngộ độc thức ăn *go dok tóork an*

foot bàn chân *ban chan*

~path lối đi bộ *ló-i di bo*

football bóng đá *bóg da*

for đến *dén*

~ a day trong một ngày *trog mot gày*

~ a week trong một tuần *trog mot tòo-uhn*

forecast (n) sự dự báo trước *shoor zoor bá-o tréw-urk*

foreign currency ngoại hối *gwai hó-i*

forest rừng *ròorg*

forget, to quên *kwen*

fork cái nĩa *ká-i nĩ-a*

form (n) mẫu đơn *mõh durn*

formal dress lễ phục *lẽ fook*

fortnight mười lăm ngày *mèw-ur-i lam gày*

fortunately may mắn *may mán*

fountain suối nước *shóoi new-úrk*

four-door car xe ca *se ka*

four-wheel drive xe ô tô bốn bánh *se o to bón ban*

fourth thứ bốn *tóor bón*

foyer phòng giải lao *fòg zải lao*

fracture sự gãy *shoor gãy*

frame *(glasses)* khung kính *koog kín*

free rảnh rỗi *rản rõi*

freezer máy ướp lạnh *máy éw-urp lan*

frequent: how frequent? thường xuyên: bao lâu thì xảy ra một lần? *tèw-urg soo-in: bao loh tì sảy ra mot làn*

frequently thường xuyên *tèw-urg soo-in*

fresh tươi; trong sạch *tew-ur-i; trog shak*

Friday thứ sáu *tóor shá-oo*
fried đã chiên *dã chi-uhn*
friend người bạn *gèw-ur-i ban*
friendly thân thiện *tan ti-uhn*
fries những con cá hồi *nõorg kon ká hò-i*
frightened, to be đã làm cho hoảng sợ *dã làm cho hwảg shur*
from từ *tòor*
front đằng trước *dàg tréw-urk*
~ door cửa trước *kử-a tréw-urk*
frying pan cái chảo *ká-i chảo*
fuel nhiên liệu *ni-uhn li-yoh*
full no nê *no ne*
~ board (American Plan [A.P.]) tiền thuê phòng có hai bữa ăn chính *ti-uhn too-ei fòg kó hai bữr-a an chín*
~ insurance bảo hiểm trọn vẹn *bảo hỉ-uhm tron ven*
fun, to have vui vẻ *voo-i vẻ*
furniture đồ đạc *dò dak*
further thêm nữa *tem nữr-a*
fuse cầu chì *kòh chì*
~ box hộp cầu chì *hop kòh chi*

G

gallon galông *galog*
game (sports) cuộc thi đấu *koork ti dóh*
game (toy) trò chơi *trò chur-i*
garage ga ra *ga ra*
garbage bags túi rác *tóo-i rák*
garden vườn *vèw-urn*
gas: I smell gas! khí ga: tôi ngửi thấy khí ga *kí ga: toi gỏor-i tấy kí ga*
~ bottle bình khí *bìn kí*
gas station trạm xăng *tram sag*
gasoline dầu hỏa *zòh hwả*
gastritis viêm dạ dày *vi-uhm za zày*
gate (airport) cửa gate *kử-a gate*
gauze (medicine) gạc *gak*
gay club câu lạc bộ tình dục đồng tính *koh lak bo tìn zook dòg tín*
genuine thành thật *tàn tat*
get, to (find) kiếm được *kí-uhm dew-urk*

~ in lane (stay in lane) trong hàng trog
~ off khởi hành *kử-i hàn*
~ to (reach) đến *dén*
how do I get to? Tôi đến đó như thế nào? *toi dén dó noor té nà-o*
gift quà tặng *kwà tag*
~ store cửa hàng quà tặng *kử-a hàg kwà tag*
girl con gái *kon gái*
girlfriend bạn gái *ban gái*
give, to cho *cho*
give way (on road) nhường đường *new-ùrg dew-ùrg*
gland tuyến *too-ín*
glass cái ly *kái li*
glasses (optical) kính đeo mắt *kín deh-ao mát*
glossy finish tráng ảnh láng *trág ản lág*
glove bao tay *bao tay*
go: to ~ to đi: từ ~ đến *di: tòor ~ dén*
let's ~! hãy ~ nào! *hãy ~ nào!*
~ away! đi nơi khác *di nur-i kák*
where does this bus go? chuyến xe buýt này đi đâu vậy? *choo-ín se boo-yít này di doh vay*
~ back về *ve*
~ for a walk đi bộ *di bo*
~ on! tiếp tục *tí-uhp took*
~ out đi ra ngoài *di ra gwài*
~ shopping đi mua sắm *di moo-a shám*
goggles kính bảo hộ *kín bảo ho*
gold (n) vàng *vàg* (adj) bằng vàng *bàg vàg*
~-plate đĩa vàng *dĩ-a vàg*
golf (n) môn đánh gôn *mon dán gon* (v) chơi gôn *chur-i gon*
~ course bãi chơi gôn *bãi chur-i gon*
good ngon *gon*
~ morning xin chào *sin chà-o*
~ afternoon xin chào *sin chà-o*
~ evening xin chào *sin chà-o*
~ night chúc ngủ ngon *chóok gỏo gon*

~ value giá vừa phải *zá vùr-a fải*
good-bye tạm biệt *tạm bi-uht*
gram gam *gam*
grandparents ông bà *og bà*
grapes chùm nho *chòom no*
grass cỏ *kỏ*
gray có màu xám *kó mà-oo sám*
graze *(cut)* vết xước da *sveit sew-ùrk za*
great thật hay *tạt hay*
green xanh lá cây *san lá kay*
greengrocer người bán rau quả *gèw-ur-i bán ra-oo kwả*
grilled n ổng *néw-urg*
grocer người bán tạp phẩm *gèw-ur-i bán tạp fẩm*
ground mặt đất *mat dất*
~cloth [~sheet] vải nền *vải nèn*
group nhóm *nóm*
guarantee sự bảo đảm *shoor bảo đảm*
guide người hướng dẫn *gèw-ur-i héw-urg zãn*
~ book sách hướng dẫn *shák héw-urg zãn*
guided tour chuyến du lịch có người hướng dẫn *choo-ín zoo lịk kó gèw-ur-i héw-urg zãn*
guided walk/hike chuyến du lịch đi bộ đường dài *choo-ín zoo lịk di bo dèw-urg zà-i*
guitar đàn ghita *dàn gi-ta*
gum kẹo gôm *keh-ao gom*
guy rope cột chung lại *kot choog lai*
gynecologist thầy thuốc phụ khoa *tày tóork foo kwa*

hair tóc; lông lá *tók; log lá*
~ mousse/gel keo xịt tóc *keh-ao sịt tók*
~ spray bình xịt tóc *bìn sịt tók*
~ cut cắt tóc *kát tók*
~ dresser *(shop)* thợ cắt tóc *tur kát tók*
half, a một nửa *mot nửr-a*

~ board tiền phòng khách sạn và một bữa chính *tì-uhn fòg kák shan và mọt bữr-a chín*
(Modified American Plan [M.A.P.])
~ past quá trễ *kwá trẽ*
hammer búa *bóo-a*
hand bàn tay *bàn tay*
~ luggage hành lý xách tay *hàn lí sák tay*
~ washable đồ giặt được bằng tay *dò jạt dew-urk bàg tay*
handbag túi xách tay *tóo-i sák tay*
handicapped, to be đã bị tàn tật *bi tan tạt*
handicrafts nghề thủ công *gè tỏo kog*
handkerchief khăn tay *kan taỷ*
hanger giá treo *zá treh-ao*
hangover vết tích *vét tík*
happy: I'm not happy with the service vui lòng *voo-i lòg*
harbor bến tàu *bén tà-oo*
hat cái mũ *kái mõo*
have có, sở hữu *ko shur hur-ew*
can I have? tôi có thể có *toi kó tể kó*
~ to *(must)* phải làm *fải làm*
~ an appointment có một cuộc hẹn *kó koork hen*
hayfever bệnh sốt mùa cỏ khô *ben shót mòo-a kỏ ko*
head cái đầu *kái dòh*
~ache chứng nhức đầu *chóorg nóork dòh*
health food store việc dữ trữ thực phẩm tự nhiên *vi-uhk zoor trõor toork fẩm toor ni-uhm*
hear, to nghe *ge*
hearing aid máy trợ thính *máy trur tín*
heart tim *tim*
~ attack cơn đau tim *kurn da-oo tim*
~condition bệnh tim *ben tim*
hearts *(cards)* tấm thẻ hình tim *tám tẻ hìn tim*

185

heater bếp lò *bếp lò*
heating sự làm nóng *shoor làm nóg*
heavy nặng *nag*
height chiều cao *chì-yoh kao*
hello xin chào *sin chà-o*
help: can you help me? giúp đỡ *jóop đỡ*
hemorrhoids bệnh trĩ *ben trĩ*
her cô ấy *ko ấy*
here ở đây *ử dai*
hernia chứng sa ruột *chóorg sha roort*
hers cái của cô ấy *kái kỏo-a ko áy*
it's hers nó là cái của chị ấy *nó là kái kỏo-a chi áy*
hi! xin chào! *sin chà-o*
high cao *kao*
highlight, to *(hair)* làm nổi bật *làm nỏi bat*
highway quốc lộ *kwók lo*
hike *(n.)* cuộc đi bộ đường dài *koork di bo dèw-urg zài*
hiking sự đi bộ đường dài *shoor di bo dèw-urg zài*
~ boots người khuân hành lý *gèw-ur-i koo-uhn hàn lí*
hill đồi *dòi*
hire, to thuê mướn *too-ei méw-urn*
his của ông ấy *kỏo-a og áy*
it's his nó là của anh ấy *nó là kỏo-a an áy*
hitchhiking việc đi nhờ xe *vi-uhk di nừr se*
HIV-positive vi rút gây ra bệnh AIDS *vi róot gai ra ben ét*
hobby sở thích riêng *shửr tík ri-uhg*
hold on, to nắm giữ *nám jõor*
hole lỗ *lo*
holiday: on ~ có ngày nghỉ *kó gày gỉ*
~ resort nơi nghỉ mát *nur-i gỉ mát*
home nhà *nà*
homosexual *(adj)* đồng tính luyến ái *dòg tín loo-ín ái*
honeymoon: we're on honeymoon tuần trăng mật: chúng tôi đang hưởng

tuần trăng mật *tòo-uhn trag mat: chóog toi dag hềw-urg tòo-uhn trag mat*
hopefully hy vọng *hi vog*
horse ngựa *gur-a*
~ racing cuộc đua ngựa *koork doo-a gur-a*
hospital bệnh viện *ben vi-uhn*
hot nóng *nóg*
~ dog xúc xích nóng kẹp vào bánh mì *sóok sík nóg kep vào bán mì*
~ spring suối nước nóng *shóoi new-úrk nóg*
~ water nước nóng *new-úrk nóg*
hotel khách sạn *kák shan*
hour một tiếng đồng hồ *mot tí-uhg dòg hò*
in an ~ trong một tiếng đồng hồ *trog mot tí-uhg dòg hò*
house căn nha *kan nà*
housewife bà nội trợ *bà noi tro*
hovercraft đệm không khí *dem kog kí*
how? như thế nào? *noor té nào*
how are you? bạn có khỏe không? *ban kó kwẻh kog*
how far…? xa bao nhiêu? *sa bao ni-yoh?*
how long…? mất bao nhiêu thời gian? *mát bao ni-yoh tùr-i jan*
how many …? hết bao nhiêu …? *… hét bao ni-yoh*
how much? *(money)* hết bao nhiêu tiền? *hét bao ni-yoh tì-uhn*
how much? *(quantity)* số lượng bao nhiêu? *shó lew-urg bao ni-yoh*
how often? bao lâu một lần? *bao loh mot làn*
how old? đã bao nhiêu tuổi? *dã bao ni-yoh tỏori*
hundred trăm *tram*
~ thousand hàng trăm nghìn *hàg tram gìn*
hungry: I'm hungry đói: tôi đói *dói: toi dói*
hurry: I'm in a hurry vội vàng; tôi đang vội *voi vàg; toi dag voi*

hurts vết thương *vét tew-urg*
to be hurt bị tổn thương *bi tôn tew-urg*
husband người chồng *gèw-ur-i chòg*

I'd like tôi muốn *toi móorn*
I'll have tôi sẽ có *toi shẽ kó*
ice nước đá *new-úrk dá*
ice cream kem ăn *kem an*
~ parlor cửa hàng bán kem *kử-a hàg bán kem*
icy, to be đóng băng *dóg bag*
identification sự nhận dạng *shoor nan zag*
ill ốm *óm*
illegal bất hợp lệ *bát hurp le*
imitation vật mô phỏng *vat mo fóg*
immediately ngay lập tức *gay lap tóork*
in vào lúc, trong lúc *vào lóok, trog lóok*
included bao gồm cả *bao gòm kả*
India nước Ấn Độ *new-úrk án Do*
indicate, to cho biết *cho bí-uht*
indigestion chứng khó tiêu *chóorg kó ti-yoh*
Indonesia nước In-đô-nê-xi-a *new-úrk in-do-ne-si-a*
indoor pool bể bơi trong nhà *bể bur-i trog nà*
inexpensive không đắt *kog dát*
infected, to be đã bị nhiễm độc *dã bi nĩ-uhm dok*
infection sự nhiễm trùng *shoor nĩ-uhm tròog*
inflammation of chứng viêm phổi *chóorg vi-uhm fôi*
informal *(dress)* tùy tiện, thoải mái *tòo-i ti-uhn, twải mái*
information sự thông tin *shoor tog tin*
~ desk bàn thông tin *bàn tog tin*
~ office phòng thông tin *fòg tog tin*
Information *(telephone service)* dịch vụ thông tin *zik voo tog tin*
injection sự tiêm *shoor ti-uhm*

injured, to be đã bị làm tổn thương *dã bi làm tôn tew-urg*
innocent ngây thơ *gay tur*
insect côn trùng *kon tròog*
~ bite vết cắn côn trùng *vét kán kon tròog*
~ repellent cái bẫy côn trùng *kái bãy kon tròog*
inside ở trong *ử trog*
insist: I insist khăng khăng đòi *kag kag dòi*
insomnia chứng mất ngủ *chóorg mát gôo*
instant coffee cà phê hòa tan *kà fe hwà tan*
instead of thay cho *tay cho*
instructions lời chỉ dẫn *lừr-i chỉ zãn*
instructor huấn luyện viên *hóo-uhn loo-in vi-uhn*
insulin ĭsulin *ishoolin*
insurance sự bảo hiểm *shoor bảo hỉ-uhm*
~ card thẻ bảo hiểm *tẻ bảo hỉ-uhm*
~ claim đòi bảo hiểm *dòi bảo hỉ-uhm*
~ claim tiền bảo hiểm *tì-uhn bảo hỉ-uhm*
interest *(hobby)* sự thích thú *shoor tík tóo*
interesting thú vị *tóo vi*
International Student Card thẻ học viên quốc tế *tẻ hok vi-uhn kwók té*
Internet internet *in-tur-net*
interpreter người phiên dịch *gèw-ur-i fi-uhn zik*
intersection chỗ giao nhau *chõ jao na-oo*
introduce oneself, to tự giới thiệu về bản thân *toor júr-i ti-yoh vè bản tan*
invitation lời mời *lùr-i mùr-i*
invite, to mời *mùr-i*
involved, to be làm dính líu *làm zín léw*
iodine iốt *i-ót*
Ireland Ireland *ai-len*
Irish người Ai-len *gèw-ur-i ai-len*

is: is it? nó là...? *nó là...*
is there? có kó...
is this? đây là ? *day là*
it is nó là *nó là*
Italian *(cuisine)* món ăn Ý *món an í*
itch: it itches ngứa; làm cho ngứa; *gứr-a; làm cho gứr-a;*
itemized bill hóa đơn chi tiết *hwá durn chi tí-uht*

J

jacket áo vét *á-o vét*
jam mứt *móort*
jammed, to be đã bị mắc kẹt *đã bi mák ket*
January tháng một *tág mot*
Japan nước Nhật *new-úrk nat*
Japanese *(cuisine)* người Nhật *gèw-ur-i nat (person)* món ăn Nhật *món an nat*
jar lo *lo*
jaw quai hàm *kwai hàm*
jazz nhạc jazz *nak jazz*
jeans quần bò *kwàn bò*
jellyfish con sứa *kon shúr-a*
jet lag: I'm jet lagged mệt mỏi *met mỏi;* tôi mệt rồi *toi met rồi*
jet-ski trượt tuyết *trew-urt too-yít*
jeweler thợ kim hoàn *tur kim hwàn*
job: what's your job? nghề nghiệp: bạn làm nghề gì? *gề gi-uhp: ban làm gề gì*
join: may we join you? tham gia: chúng tôi có thể tham gia không? *tam za: chóog toi kó tể tam za kog*
joint chỗ nối *chỗ nói*
journalist nhà báo *nà báo*
journey cuộc hành trình *koork hàn trìn*
jug cái bình *kái bìn*
July tháng bảy *tág bẩy*
jump leads dây sạc điện *zai shak di-uhn*
jumper người nhảy *gèw-ur-i nẩy*
junction *(intersection)* sự nối liền *shoor nói lì-uhn*
June tháng sáu *tág shá-oo*

K

keep: keep the change! giữ: cứ giữ lấy tiền lẻ! *jõor: koor jõor láy tì-uhn lẻ*
kerosene dầu lửa *zòh lửr-a*
~ stove bếp dầu lửa *bép zòh lửr-a*
ketchup nước sốt cà chua nấm *new-úrk shót kà choo-a nám*
kettle ấm đun nước *ám doon new-úrk*
key chìa khóa xe *chì-a kwá se*
~ ring cái vòng chìa khóa *kái vòg chì-a kwá*
kiddie pool ahồ bơi dàn cho trẻ em *ho bur-i dan cho trẻ em*
kidney quả cật *kwả kat*
kilogram kilôgram *kilo gam*
kilometer kilômet *kilo mét*
kind *(pleasant)* bản tính *bản tín*
kind: what kind of loại *lwai*
kiss, to hôn *hon*
kitchen phòng bếp *fòg bép*
knapsack ba lô *ba lo*
knee đầu gối *dòh gói*
knickers quần lót chẽn gối *kwàn lót kẽn gói*
knife con dao *kon zao*
know: I don't know hiểu biết: tôi không biết *hỉ-yoh bí-uht: toi kog bí-uht*
Korea Hàn Quốc *hàn kwók*
Korean người Hàn Quốc *gèw-ur-i hàn kwók*
kosher phục vụ cho chế độ ăn kiêng *fook voo cho kế do an ki-uhg*

L

label nhãn hiệu *nãn hi-yoh*
lace dây buộc *zai boork*
ladder cái thang *kái tag*
lake hồ *hò*
lamp đèn *dèn*
land, to đáp *dap*
language course dòng ngôn ngữ *zòg gon gõor*

large lớn *lúrn*
larger rộng lớn hơn *rog lúrn hurn*
last (final) cuối cùng *kóori kòog*
last, to kéo dài *kéh-ao zài*
late muộn *moorn*
later muộn quá *moorn kwá*
laugh, to cười *kèw-ur-i*
laundromat hiệu giặt tự động *hi-yoh zat toor dog*
laundry: ~ facilities hiệu giặt *hi-yoh jat*
~ service dịch vụ giặt đồ *zik voo jat dò*
lavatory phòng rửa mặt *fòg rủr-a mat*
lawyer luật sư *loo-uht shoor*
laxative thuốc nhuận tràng *toork noo-uhn tràg*
lead, to đưa đến *dur-a dén*
~-free xăng dầu không có chì *sag zòh kog kó chì*
leader người lãnh đạo *gèw-ur-i lãn dao*
leak, to rò ra *rò ra*
learn, to học *hok*
leather da thuộc *za toork*
leave, to (deposit) để lại *dẻ lai* (aircraft) rời đi *rùr-i di*
leave me alone! hãy để tôi yên! *hãy dẻ toi i-uhn!*
left: on the ~ trái: bên trái *trái: ben trái*
left-luggage office nơi giữ đồ đạc bỏ quên *nur-i jõor dò dak bỏ kwen*
leg chân *chan*
legal: is it legal? hợp pháp *hurp fáp*
leggings xà cạp *sà kap*
lemon quả chanh *kwả chan*
lemonade nước chanh *néw-urk chan*
lend: could you lend me? cho vay, cho mượn *cho vay, cho mew-urn*
length (of) chiều dài *chì-yoh zài*
lens ống kính *óg kín*
~ cap nắp ống kính *náp óg kín*
lesbian club câu lạc bộ đồng dục nữ *koh lak bo dòg zook nõor*
less ít hơn *ít hurn*

lesson bài học *bài hok*
let: let me know! hãy *hãy*
letter chữ cái *chõor kái*
~box hộp thư tín *hop toor tín*
level (even ground) mức độ *móork do*
library thư viện *toor vi-uhn*
lifeboat xuồng cứu hộ *sòorg kur-éw ho*
lifeguard vệ sĩ *ve shĩ*
lifejacket áo phao cứu hộ *á-o fao kur-éw ho*
life preserver [belt] áo có dây đai cứu hộ *á-o ko zay dai kur-éw ho*
lift (elevator) thang máy *tag máy*
lift (hitchhiking) sự đi nhờ xe *shoor di nùr se*
light (color) ánh sang *án shág* (electric) bóng đèn *bóg dèn* (weight) nhẹ hơn *ne hurn*
~bulb bóng đèn tròn *bóg dèn tròn*
lighter (opp. darker) sáng hơn *shág hurn*
lighter (cigarette) bật quẹt *bat qoo-eit*
like: ~ this giống như *jóg noor*
like, to ưa thích *ur-a tík*
I like it tôi thích nó *toi tík nó*
I don't like it tôi không ưa nó *toi kog ur-a nó*
I'd like tôi muốn *toi móorn*
limousine xe hơi sang trọng *se hur-i shag trog*
line (subway [metro]) đường *dèw-urg*
linen vải lanh *vải lan*
lip môi *moi*
~stick son môi *shon moi*
liqueur rượu mùi *rew-uru mòo-i*
liquor store hầm rượu *hàm rew-uru*
liter lít *lít*
little nhỏ *nỏ*
live, to sống *shóg*
~ together sống cùng nhau *shóg kòog na-oo*
liver gan *gan*

living room phòng khách *fòg kák*

lobby hành lang *hàn lag*

local *(adj)* mang tính địa phương
mag tín dia few-urg

(n) dân cư địa phương *zan koor dia
few-urg*

~ anaesthetic gây mê cục bộ
gai me kook bo

lock, to khóa *kwa*

~ oneself out nhốt mình ở ngoài
nót mìn ủr gwài

log on, to vào sổ *vào shỏ*

long dài *zãi*

~ -distance khoảng cách xa *kwảg
kák sa*

long distance bus xe buýt đường dài
se boo-yít dèw-urg zài

~ -sighted viễn thị *vĩ-uhn ti*

how long cách bao xa *kák bao sa*

look nhìn *nìn*

look like trông giống *trog jóg*

to be looking: đang nhìn *dag nìn*

~ for đang tìm kiếm *dag tìm kí-uhm*

loose lỏng *lỏg*

lorry xe tải *se tải*

lose, to mất *mát*

I've lost tôi đã thua *toi dã too-a*

lost-and-found office phòng thu giữ
đồ đạc *fòg too jõor dò dak*

lots of fun rất vui vẻ *rát voo-i vả*

love: I love you yêu: tôi yêu em
I-ew: toi i-ew em

lovely đáng yêu *dág i-ew*

low thấp *táp*

~ bridge cây cầu thấp bé
kai kòh táp be

~-fat béo lùn *béh-ao lòon*

lower berth giường hạ thấp hơn
jèw-urg ha táp hurn

luck: good luck may mắn *may mán*

luggage hành lý *hàn lí*

~ cart [trolley] xe đẩy hành ký
se dảy hàn lí

~ locker tủ để hành lý *tỏo dẻ hàn lí*

lump cục *kook*

lunch bữa trưa *bũr-a trur-a*

lung phổi *fỏi*

machine washable máy rửa bát
máy rửr-a bát

madam bà *ba*

magazine tạp chí *tap chí*

magnificent tráng lệ *trág le*

maid người đầy tớ gái *gèw-ur-i dày
túr gái*

mail thư từ *toor tòor*

mail, to gửi thư *gỏor-i toor*

by ~ qua *kwa*

~ box hộp thư *hop toor*

main chính *chìn*

~ street đường phố chính *dèw-urg
fó chín*

make an appointment, to lên lịch
gặp *len lik gap*

make-up trang điểm *trag dỉ-uhm*

Malaysia Malaysia *ma-lai-si-a*

male đàn ông *dàn og*

mallet cái vồ *kái vò*

man đàn ông *dàn og*

manager người quản lý *gèw-ur-i
kwản lí*

manicure sự cắt sửa móng tay *shoor
kát shửr-a móg tay*

manual *(car)* điều khiển bằng tay
dì-yoh kỉ-uhn bàg tay

map bản đồ *bản dò*

March tháng ba *tág ba*

margarine bơ thực vật *bur toork vat*

market chợ *kur*

married, to be đã kết hôn
dã két hon

mascara thuốc bôi mi mắt *tóork boi
mi mát*

mask *(diving)* mặt nạ ngụy trang
mat na goo-i trag

mass khối lượng *kói lew-urg*

massage sự xoa bóp
shoor swa bóp

match *(sports)* cuộc thi đấu *koork
ti dóh*

matches diêm *zi-uhm*

matineé buổi buổi diễn *bỏori bỉ-uh
zĩ-uhn*

matter: it doesn't matter vấn đề: nó không thành vấn đề *ván dè: nó kog tàn ván dè*

what's the matter? có chuyện gì vậy? *kó choo-in gì vay*

mattress nệm *nem*

May có thể *kó tẻ*

may I? tôi có thể... không? *toi kó tẻ... kog*

maybe có the *kó tẻ*

me tôi *toi*

meal bữa ăn *bũr-a an*

mean, to có nghĩa là *kó gĩ-a là*

measles bệnh sởi *ben shữr-i*

measure, to đo lường *do lèw-urg*

measurement kích thước *kík téw-urk*

meat thịt *tit*

medical certificate giấy chứng nhận y học *jáy chóorg nan i hok*

medication dược phẩm *zew-urk fǎm*

medium trung bình *troog bìn*

meet, to gặp *gap*

pleased to meet you xin làm ơn cho tôi gặp ngài *sin làm urn cho toi gap gà-i*

meeting place chỗ hội họp *chõ hoi hop*

member thành viên *tàn vi-uhn*

men (toilets) phòng vệ sinh nam *fòg ve shin nam*

mention: don't mention it nói đến *nói dén:* đừng nói đến chuyện đó nữa *dùrg nói dén choo-in dó nữr-a*

menu thực đơn *toork durn* (computer) trình đơn *trìn durn*

message thông điệp *tog di-uhp*

metal kim loại *kim lwai*

meter (in taxi) đồng hồ đo *dòg hò do*

metro xe điện ngầm *se di-uhn gàm*

~ station ga xe điện ngầm *ga se di-uhn gàm*

microwave lò vi ba *lò vi sóg*

midday giữa ngày *jũr-a gày*

midnight nửa đêm *nửr-a dem*

migraine chứng đau nửa đầu *chóorg da-oo nửr-a dòh*

mileage tổng số dặm đã đi được *tỏg shó zam dã di dew-urk*

milk sữa *shũr-a*

with ~ với ~ *vúr-i ~*

million một triệu *mot tri-yoh*

mind: do you mind if ...? phiền: *fi-uhn:* bạn có phiền không nếu ...? *fi-uhn: ban kó fi-uhn kog néw ...*

mine của tôi *kỏo-a toi*

it's mine! nó là của tôi *nó là kỏo-a toi*

mineral water nước khoáng *néw-urk kwág*

mini-bar quầy rượu nhỏ *kwày rew-uru nỏ*

minimart trung tâm buôn bán nhỏ *troog tam boorn bán nỏ*

minute giây *jay*

mirror phản chiếu *fản chí-uhu*

missing, to be sự quên lãng *shoor kwen lãg*

mistake mắc lỗi *mák lõi*

mobile phone nhà lưu động *nà lur-ew dog*

modern hiện đại *hi-uhn dai*

moisturizer nhân viên thẩm mỹ viện *nan vi-uhn tẩm mĩ vi-uhn*

monastery tu viện *too vi-uhn*

Monday thứ hai *tóor hai*

money tiền bạc *ti-uhn bak*

~ order hóa đơn thanh toán tiền *hwá durn tan twán ti-uhn*

month tháng *tág*

monthly hàng tháng *hàg tág* (ticket) vé tháng *vé tág*

moped xe gắn máy *se gán máy*

more thêm *tem*

I'd like some more ... tôi muốn dùng thêm... *toi móorn zòog tem...*

morning, in the vào buổi sáng *vào bỏoi shág*

mosque nhà thờ hồi giáo *nà từr hòi záo*

mother mẹ *me*

motion sickness sự đau ốm thường xuyên *shoor da-oo óm tèw-urg soo-in*

motorbike xe môtô hạng nhẹ
se moto hag ne
motorboat xuồng máy *sòorg máy*
motorway đường cao tốc *dèw-urg
kao tók*
mountain núi *nóo-i*
~ bike xe đạp leo núi
se dap leh-ao nóo-i
~ pass vượt qua đỉnh núi
vew-urt kwa dỉn nóo-i
~ range dãy núi *zãy nóo-i*
moustache ria mép *ria mép*
mouth mồm *mòm*
~ ulcer loét miệng *lwét mi-uhg*
move, to chuyển động *choo-ỉn dog*
don't move him! đừng di chuyển anh
ta! *dòorg zi choo-ỉn an ta*
movie phim *fim*
~ theater rạp chiếu phim
rap kí-uhu fim
Mr. ông *og*
Mrs. bà *bà*
much nhiều *nì-yoh*
mugged, to be bị bóp cổ *bi bóp kỏ*
mugging sự bóp cổ *shoor bóp kỏ*
mugs chén vại *chén vai*
multiple journey *(ticket)* vé liên
chặng *vé li-uhn chag*
multiplex cinema rạp chiếu phim đa
dụng *rap chí-uhu fim da zoog*
mumps bệnh quai bị *ben kwai bi*
muscle bắp thịt *báp tit*
museum nhà bảo tàng *nà bảo tàg*
music âm nhạc *am nak*
musician nhạc cổ điển
nak kỏ die-uhn
must: I must phải: tôi phải *fải: toi fải*
mustard mù tạp *mòo tap*
my của tôi *kỏo-a toi*
myself: I'll do it myself tự mình:
tôi sẽ tự mình làm nó! *toor mìn: toi
shẽ toor mìn làm nó!*

N

name tên *ten*
my name is tên tôi là *ten toi là*

what's your name? tên bạn là gì?
ten ban là gì
what's your surname? họ của bạn là
gì? *ho kỏo-a ban là gì*
napkin khăn ăn *kan an*
nappies tã lót *tã lót*
narrow hẹp *hep*
national thuộc quốc gia *toork
kwók ja*
nationality quốc tịch *kwók tik*
nature reserve vật dự trữ tự nhiên
vat zoor trõor toor ni-uhn
near gần *gàn*
~sighted cận thị *kan ti*
nearest gần nhất *gàn nát*
nearby ở vị trí gần *ủr vi trí gàn*
necessary cần thiết *kàn tí-uht*
neck cổ *kỏ*
necklace vòng đeo cổ
vòg deh-ao kỏ
nephew cháu trai *chá-oo trai*
nerve thần kinh *tàn kin*
never không bao giờ *kog bao jùr*
~ mind không sao *kog shao*
new mới *múr-i*
New Year năm mới *nam múr-i*
New Zealand Niu Zilân *new zil-an*
New Zealander người Niu Zilân
gèw-ur-i new zilan
newspaper báo chí *báo kí*
newsstand [newsagent] quầy bán
báo *kwầy bán báo*
next tiếp theo *tí-uhp teh-ao*
next to... tiếp đến... *tí-uhp dén*
next stop! trạm dừng tiếp theo!
tram zòorg tí-uhp teh-ao
nice dễ thương *zẽ tew-urg*
niece cháu gái *chá-oo gái*
night: at ~ đêm, ban đêm
dem, ban dem
~club câu lạc bộ đêm
koh lak bo dem
no không *kog*
no one không ai *kog ai*
no way! không đời nào!
kog dùr-i nào

192

noisy ồn ào, náo nhiệt *òn ào, náo ni-uht*
non-alcoholic không có rượu *kog kó rew-uru*
non-smoking không hút thuốc *kog oóot tóork*
none không *kog*
nonsense! vô nghĩa *vo gĩ-a*
noon trưa *trur-a*
normal bình thường *bìn tèw-urg*
north phía bắc *fía bák*
nose mũi *mõo-i*
not: not bad không: không tồi *kog: kog tòi*
not good không tốt *kog tót*
not yet chưa *chur-a*
note ghi chú *gi chóo*
nothing else không gì khác *kog gì kák*
notify, to ghi nhận *gi nan*
November tháng mười một *tág mèw-ur-i mot*
now bây giờ *bai jùr*
numbers các con số *kák kon shó*
nurse y tá *i tá*
nylon ny-lông *ni-log*

O

o'clock: it's...o'clock giờ: bây giờ là ... giờ *jùr: bay jùr là ... jùr*
occasionally đôi khi *đoi ki*
occupied bị/đã chiếm giữ *bi/dã ki-uhm jõor*
October tháng mười *tág mèw-ur-i*
odds *(betting)* lẽ *lẽ*
of course đương nhiên *dew-urg ni-uhn*
off licence mất bằng *mát bàg*
off-peak ngoài cao điểm *gwài kao dì-uhm*
office văn phòng *van fòg*
often thường xuyên *tèw-urg soo-in*
oil dầu *zòh*
okay tốt *tót*
old *(opp. new)* cũ *kõo (opp. young)* già *zá*
~ town thành cổ *tàn kỏ*

~-fashioned lỗi mốt *lõi mót*
olive oil dầu ôliu *zòh o-lew*
omelet trứng ốplết *tróorg óp-lét*
on *(day, date)* vào *vào*
~ foot đi bộ *đi bo*
~ my own tự làm *toor làm*
~ the hour trong giờ *trog jùr*
~ the left phía bên trái *fía ben trái*
~ the other side phía bên kia *fía ben kia*
~ the right phía bên phải *fía ben fải*
~ the spot ột ở hiện trường *tát/bat ửr hi-uhn trèw-urg*
on/off switch nút bật/tắt *noot bat/tat*
once một lằm, đa từng *mot làn, da toòrg-*
one: ~-way một: một chiều *mot: mot chì-yoh*
~-way street đường một chiều *dèw-urg mot chì-yoh*
~-way ticket vé một chiều *vé mot chì-yoh*
~ like that một cái như thế *mot kái noor té*
open mở *mửr*
open, to mở *mửr*
open-air pool bể tắm ngoài trời *bể tám gwài trùr-i*
opening hours giờ mở cửa *jùr mửr kử-a*
opera nhạc kịch opera *nak kik opera*
~ house nhà hát lớn *nà hát lúrn*
operation cuộc phẫu thuật *koork fõh too-uht*
opposite ngược *gew-urk*
optician bác sỹ mắt *bák shĩ mát*
or hay *hay*
orange cam *kam*
orchestra ban nhạc *ban nak*
order, to đặt món ăn *dak mòn an*
organized hike/walk đi xe đạp/đi bộ có tổ chức *di se dap/di bo kó tỏ kóork*
our(s) của chúng tôi *kỏo-a chóog toi*
outdoor ngoài trời *gwài trùr-i*
outrageous thái quá *tá-i kwá*
outside bên ngoài *ben gwài*

oval hình ô-van *hìn o-van*
oven lò nướng *lò nếw-urg*
over there ở đằng kia *ủr dàg kia*
overcharge: I've been overcharged
trả quá: Tôi vừa bị trả đắt *trả kwá: toi vừa-a bi trả dắt*
overdone (*food*) nhừ quá *nòor kwá*
overheat nóng quá *nóg kwá*
overnight qua đêm *kwa dem*
owe, to nợ *nur*
how much do I owe? Tôi phải nợ bao nhiêu? *toi fải nur bao ni-yoh*
own: on my own tự: tự tôi *toor: toor toi*
owner chủ *kảo*

P

p.m. chiều *kì-yoh*
pacifier núm vú giả *nóom vóo zả*
pack, to gói *gói*
package gói *gói*
packed lunch bữa trưa mang theo *bữr-a trưr-a mag teh-ao*
packet of cigarettes gói thuốc lá *gói tóork lá*
paddling pool bể bơi trẻ em *bẻ bưr-i trẻ em*
padlock khóa móc *kwá mók*
pail thùng *tòog*
pain: to be in ~ nỗi đau: đang bị đau *nỗi da-oo: dag bi da-oo*
~killers thuốc giảm đau *tóork zảm da-oo*
paint, to sơn, vẽ *shurn, vẽ*
painter họa sỹ *hwa shĩ*
painting bức tranh *bóork tran*
pair of, a một đôi *mot doi*
palace cung điện *koog đi-uhn*
palpitations sự run rẩy *shoor roon rẩy*
panorama bức tranh toàn cảnh *bóork tran twàn kản*
pants quần *kwàn*
pantyhose áo nịt *á-o nit*
paper giấy *jáy*
~ napkins giấy vệ sinh *jáy ve shin*

paracetamol thuốc paracetamol *tóork parasetamon*
paraffin nến *nén*
paralysis trạng thái tê liệt *trag tái te li-uht*
parcel gói *gói*
pardon? Xin lỗi gì cơ? *sin lỗi gì kur*
parents bố mẹ *bó me*
park (*n.*) công viên *kog vi-uhn*
park, to đỗ xe *đỗ se*
parking lot đỗ xe *đỗ se*
parking meter máy đo đỗ xe *máy do đỗ se*
parliament building toà nhà quốc hội *twà nà kwók hoi*
partner bạn *ban*
parts bộ phận *bo fan*
party tiệc tùng *ti-uhk tòog*
pass, to vượt qua *vew-urt kwa*
pass through, to đi qua *di kwa*
passport hộ chiếu *ho chí-uhu*
pastry store quầy bán bánh bao *kwày bán bán bao*
patch, to chắp vá *cháp vá*
patient (*n.*) bệnh nhân *ben nan*
pavement vỉa hè *vỉ-a hè*
pay, to trả tiền *trả ti-uhn*
~ a fine trả phiếu phạt *trả fí-uhu fat*
pay phone trả điện thoại *trả di-uhn twai*
payment sự chi trả *shoor chi trả*
peak cao điểm *kao dỉ-uhm*
pearl ngọc trai *gok trai*
pedestrian: ~ crossing đi bộ *di bo*
~ zone khu vực dành cho người đi bộ *koo voork zàn cho gèw-ur-i di bo*
pen bút bi *bóot bi*
pencil bút chì *bóot chì*
penknife bút dao *bóot zao*
people mọi người *moi gèw-ur-i*
pepper tiêu *ti-yoh*
per: ~ day mỗi: mỗi ngày *mỗi: mỗi gày*
~ hour mỗi giờ *mỗi jùr*
~ night mỗi tối *mỗi tói*
~ week mỗi tuần *mỗi tòo-uhn*
perhaps có thể *kó tẻ*

period *(menstrual)* kỳ kinh nguyệt *kì kin goo-yit*

~ pains đau kinh *da-oo kin*

perm, to uốn sóng *óorn shóg*

petrol xăng *sag*

~ station trạm xăng *tram sag*

pewter hợp kim màu xám của chì và thiếc *hurp kim mà-oo sám kỏo-a chì và tí-uhk*

pharmacy nhà bán thuốc *nà bán tóork*

Philippines người Philippin *gẽw-ur-i filippin*

phone: ~card điện thoại: thẻ điện thoại *di-uhn twai: tẻ di-uhn twai*

~ call cuộc điện thoại *koork di-uhn twai*

phone, to gọi điện *goi di-uhn*

photo: to take a ~ ảnh: chụp ảnh *ản: choop ản*

passport-size ~ ảnh (cỡ) hộ chiếu *ản (kür) ho chí-uhu*

photocopier máy photocopy *máy fotokopi*

photographer thợ chụp ảnh *tur choop ản*

phrase cụm từ *koom tòur*

~ book sách về thành ngữ *shák vè tàn gõor*

pick someone up, to đón ai đó *dón ai dó*

pick up, to *(collect)* thu *too*

picnic picnic *piknik*

~ area khu picnic *koo piknik*

piece *(of baggage)* miếng (băng) *mí-uhg (bag)*

a piece một miến *mot mí-uhg*

pill thuốc *tóork*

Pill: to be on the Pill thuốc: đang dùng thuốc tránh thai *tóork: dag zòog tóork trán tai*

pillow gối *gói*

~ case vỏ gối *vỏ gói*

pilot light bếp lửa mồi *bép lử-a mòi*

pink màu hồng *mà-oo hòg*

pipe *(smoking)* tẩu *tỏh*

pitch *(for camping)* cắm *kám*

pizzeria quán bán pizza *kwán bán pizza*

place nơi *nur-i*

place a bet, to đặt cược *dat kew-urk*

plane máy bay *máy bay*

plans các kế hoạch *kák ké hwak*

plant *(n.)* cây *kai*

plastic: ~ bags nhựa: túi nhựa *nur-a: tóo-i nur-a*

~ wrap bao nhựa *bao nur-a*

plate đĩa *đĩ-a*

platform đường ray *dèw-urg ray*

platinum bạch kim *bak kim*

play, to *(music)* chơi nhạc *chur-i nak*

~ group nhóm chơi *nóm chur-i*

~ground sân chơi *shan chur-i*

playing field lĩnh vực chơi *lín voork chur-i*

playwright bản kịch *bản kik*

pleasant dễ chịu *zẽ chew*

please xin vui lòng *sin voo-i lòg*

plug ổ cắm *ỏ kám*

p.m. chiều *chỉ-yoh*

pneumonia viêm phổi *vi-uhm fỏi*

point of interest điểm quan tâm *đí-uhm kwan tam*

point to, to dẫn đến *zãn dén*

poison chất độc *chát dok*

police cảnh sát *kản shát*

~ report bản tường trình *bản tèw-urg trin*

~ station trạm cảnh sát *tram kản shát*

pollen count chỉ số mức độ phấn hoa trong không khí *chỉ shó móork do fán hwa trog kog kí*

polyester chất tổng hợp pô-li-ét-te *chát tỏg hurp po-li-ét-te*

pond ao *ao*

pop *(music)* nhạc trẻ *nak tre*

popcorn ngô bung *go boog*

popular phổ biến *fỏ bi-uhn*

port cảng *kảg*

porter người khuân hành lý *gèw-ur-i koo-uhn hàn lí*

portion phần *fàn*

possible: as soon as possible có thể: càng sớm càng tốt *kó tẻ: kàng shúrm kàg tót*

possibly có thể *kó tẻ*

post *(mail)* thư từ *toor tòor*

~ office bưu điện *bur-ew di-uhn*

~ box hộp thư *hop toor*

~ card bưu thiếp *bur-ew tí-uhp*

post, to gửi thư *gỏor-i toor*

postage cước phí bưu điện *kéw-urk fí bur-ew di-uhn*

potato chips khoai tây chiên *kwai tay ki-uhn*

potatoes khoai tây *kwai tay*

pottery đồ gốm *dò góm*

pound *(sterling)* đồng bảng Anh *dòg bảg an*

power điện *di-uhn*

~ point ổ cắm điện *ỏ kám di-uhn*

pregnant, to be có thai *kó tai*

premium *(gas/petrol)* hạng cao cấp *hag kao káp*

prescribe, to viết đơn thuốc *ví-uht durn tóork*

prescription đơn thuốc *durn tóork*

present *(gift)* quà *kwà*

press, to nhấn *nán*

pretty đẹp *dep*

priest cha đạo *cha dao*

primus stove bếp dầu xách tay *bép zòh sák tay*

prison nhà tù *nà tòo*

probably có thể *kó tẻ*

produce store [grocer] quầy *kwày*

program chương trình *chew-urg trìn*

~ of events chương trình sự kiện *chew-urg trìn shoor ki-uhn*

pronounce, to công bố *kog bó*

Protestant đạo tin lành *dao tin làn*

pub quán *kwán*

public building toà nhà công *twà nà kog*

pump *(gas/petrol station)* máy bơm *máy burm*

puncture hỏng lốp xe *hỏg lóp se*

puppet show múa rối *móo-a rói*

pure: pure cotton nguyên chất: bông nguyên chất *goo-in chất: bog goo-in chát*

purple màu tím *mà-oo tím*

purse ví, túi xách *ví, tóo-i sák*

push-chair ghế đẩy *gé dẩy*

put: where can I put? đặt: tôi có thể đặt ở đâu? *dat: toi kó tẻ dat ửr doh*

quality chất lượng *chát lew-urg*

quantity số lượng *shó lew-urg*

quarter một phần tư *mot fàn toor*

~ past 15 phút hơn *(thời gian)* *mèw-ur-i lam fóot hurn (tùr-i jan)*

~ to kém 15 phút *kém mèw-ur-i lam fóot*

queue, to xếp hàng *sép hàg*

quick nhanh *nan*

quickest: what's the quickest way? nhanh nhất: đường nào là nhanh nhất? *nan nát: dèw-urg nào là nan nát*

quickly một cách nhanh chóng *mot kák nan chóg*

quiet yên lặng *l-uhn lag*

quieter yên lặng hơn *l-uhn lag hurn*

rabbi thờ *tỏ*

race track [racecourse] đường đua *dèw-urg doo-a*

racket *(tennis, squash)* vợt *vurt*

railway đường ray xe lửa *dèw-urg ray se lủr-a*

rain, to mưa *mur-a*

raincoat áo mưa *áo mur-a*

rape cây cải dầu *kay kải zoh*

rapids nhanh *nan*

rare *(steak)* tái *tái* *(unusual)* hiếm *hĩ-uhm*

rash chứng ban đỏ *chóorg ban dỏ*

rather hơn (là) *hurn (là)*

razor dao cạo *zao kao*

~blades lưỡi dao cạo *lẽw-ur-i zao kao*

reading đang đọc *dag dok*

ready sẵn sàng *shān shàg*
real thật *tat*
really? thật sao? *tat shao*
receipt hoá đơn *hwá durn*
reception (desk) bàn tiếp tân
bàn tí-uhp tan
receptionist nhân viên tiếp tân
nan vi-uhn tí-uhp tan
reclaim tag thẻ yêu cầu *tẻ i-ew kòh*
recommend, to gợi ý cho *gur-i í cho*
can you recommend? bạn có thể
gợi ý gì không? *ban kó tẻ gur-i í
gì kog*
what do you recommend? Bạn gợi
ý món gì? *ban gur-i í mon gì*
record (LP) đĩa nhạc *đĩ-a nak*
~ store quầy bán đĩa nhạc *kwày bán
đĩ-a nak*
red đỏ *đỏ*
~ wine rượu vang đỏ *rew-uru vag đỏ*
reduction (in price) giảm (giá)
zảm (zá)
refreshments thức ăn nhẹ *tóork
an ne*
refrigerator tủ lạnh *tỏo lan*
refund trả lại *trả lai*
refuse bags những túi bị trả lại
nõorg tóo-i bi trả lai
regards: give my regards to lời
thăm: xin gửi lời thăm hỏi của tôi tới
*lùr-i tam: sin gỏor-i lùr-i tam hỏi
kỏo-a toi túr-i*
region khu vực *koo voork*
registered mail thư đăng ký
toor dag kí
registration form phiếu đăng ký
fi-uhu dag ki
registration number (car) số đăng
ký xe *shó dag kí se*
regular bín thường *bín tew-urg*
religion tín ngưỡng *tín gẽw-urg*
remember: I don't remember nhớ:
Tôi không nhớ *núr: toi kog núr*
rent, to cho vay *cho vay*
~ out cho thuê *cho too-ei*
I'd like to rent Tôi muốn thuê
toi móorn too-ei

repair, to sửa *shủr-a*
repairs sửa chữa *shủr-a chữr-a*
repeat, to nhắc lại *nák lai*
please repeat that Xin hãy nhắc lại
điều đó *sin hãy nák lai dì-yoh dó*
replacement sự thay thế *shoor tay té*
~ part bộ phận thay thế
bo fan tay té
report, to báo cáo *báo káo*
require, to yêu cầu *I-ew kòh*
required, to be được yêu cầu
dew-urk i-ew kòh
reservation sự đặt trước
shoor dat tréw-urk
~ desk bàn đặt trước
bàn dat tréw-urk
reserve, to đặt trước *dat tréw-urk*
I'd like to reserve Tôi muốn đặt
trước *toi móorn dat tréw-urk*
rest, to nghỉ ngơi *gỉ gur-i*
restaurant nhà hàng *nà hàg*
retail bán lẻ *bán lẻ*
retired, to be về hưu *vè hur-ew*
return quay trở lại *kway trủr lai*
~ ticket vé khứ hồi *vé koor hòi*
return, to (v.) quay về *kway vè*
reverse the charges, to đắp ngược
những lời buộc tội *dả gew-urk nữr-g
lùr-i bork toi*
rheumatism bệnh thấp khớp
ben táp kúrp
rib sườn *shèw-urn*
rice gạo *gao*
right (direction): on the ~ phải:
phía bên phải *fải: fí-a ben fải*
right (correct) đúng *dóog*
that's ~ đúng rồi *dóog ròi*
~ of way (on road) phía đường bên
phải *fí-a dèw-urg ben fải*
ring nhẫn *nãn*
rip-off (n.) sự lừa gạt *shoor lừr-a gat*
river sông *shog*
~ cruise đi thuyền trên sông *di too-
ìn tren shog*
road đường *dèw-urg*
~ map bản đồ đường bộ
bản dò dèw-urg bo

~ closed khoá đường *kwá dèw-urg*
robbed, to be bị cướp *bi kéw-urp*
robbery vụ cướp *voo kéw-urp*
rock music nhạc rock *nak rok*
rolls cuộn *koorn*
romantic lãng mạn *lãg man*
roof mái nhà *mái nà*
~rack khung chất hàng trên mui xe *koog chát hàg tren moo-i se*
room phòng *fòg*
~ service dịch vụ phòng *zik voo fòg*
rope dây thừng *zay tòorg*
round *(adj.)* tròn *tròn*
~ neck cổ tròn *kỏ tròn*
round *(of golf)* lượt *lew-urt*
round trip chuyến đi vòng quanh *choo-ín di vòg kwan*
~ ticket vé khứ hồi *vé kóor hòi*
route đường đi *dèw-urg di*
rubbish rác *rák*
rucksack cái ba lô *kái ba lo*
rude, to be vô lễ *vo lẽ*
ruins vết phá hỏng *vét fá hỏg*
run: ~ into chạy: chạy vào *chạy: chạy vào*
~ out hết (nhiên liệu) *hét (ni-uhn li-yoh)*
running shoes giày chạy (thể thao) *zày chạy (tẻ tao)*
rush hour giờ cao điểm *jừ kao đỉ-uhm*
Russia Nước Nga *new-úrk ga*

safe *(lock-up)* khoá *kwá*
safe *(not dangerous)* an toàn *an twàn*
to feel ~ cảm thấy yên tâm *kảm tấy i-uhn tam*
safety sự an toàn *shoor an twàn*
~ pins kim băng *kim bag*
salad sa-lát *sha-lát*
sales bán hàng *bán hàg*
~ tax thuế *tóo-ei*
salt muối *móori*
salty mặn *man*
same giống *zóg*

sand cát *kát*
sandals giày xăng-đan *zày sag-dan*
sandwich bánh mỳ sandwich *bán mì sandwich*
sandy có cát *kó kát*
sanitary napkins [towels] băng vệ sinh *bag ve shin*
satellite TV ti-vi *ti-vi*
satin sa-tanh *sha-tan*
satisfied: I'm not satisfied with this hài lòng: tôi không hài lòng với việc này *hài lòg: toi kog hài lòg vứr-i vi-uhk này*
Saturday thứ bẩy *tóor bẩy*
sauce nước chấm *néw-urk chám*
~ pan nồi nấu *nòi nóh*
sauna tắm hơi *tám hur-i*
sausages xúc-xích *sóok-sík*
say: how do you say? nói: bạn nói như thế nào? *nói: ban nói noor té nà-o*
scarf khăn *kan*
scenic route đường *dèw-urg*
scheduled flight chuyến bay theo lịch trình *choo-ín bay teh-ao lik trin*
school trường học *trèw-urg hok*
sciatica đau thần kinh tọa *da-oo tàn kin twa*
scissors kéo *kéh-ao*
scooter xe máy *se máy*
Scotland nước Scôtlen *néw-urk sh-kot-len*
Scottish người Scôtlen *gèw-ur-i sh-kot-len*
screwdriver tua-vít *too-a-vít*
sea biển *bỉ-uhn*
seafront mặt trận biển *mat tran bỉ-uhn*
seasick: I feel ~ say sóng: tôi cảm giác say sóng *shay shóg: toi kảm zák shay shóg*
season ticket vé mùa *vé mòo-a*
seasoning gia vị *ja vi*
seat chỗ ngồi *chỗ gòi*
is this seat taken? ghế này đã có người ngồi chưa? *gé này dã kó gèw-ur-i gòi chur-a*

second thứ hai, tóor hai (tóor toor)
~ class hạng hai *hag hai*
(ticket) vé *vé*
~-hand đồ cũ *dò kõo*
secretary thư ký *toor kí*
sedative làm an thần *làm an tàn*
see, to xem xét *sem sét*
see you soon! hẹn sớm gặp lại!
hen shúrm gap lai
self-employed, to be tự làm chủ
toor làm chõo
self-service tự phục vụ *toor fook
voo*
send, to gửi đi *gỏor-i di*
senior citizen công dân cao tuổi *kog
zan kao tỏori*
separated, to be bị tách biệt *bi
ták bi-uht*
separately một cách riêng biệt
mot kák ri-uhg bi-uht
September tháng 9 *tág chín*
serious(ly) nghiêm túc *gi-uhm tóok*
served, to be được phục vụ *dew-urk
fook voo*
service dịch vụ *zik voo*
is service included? dịch vụ được
bao gồm? *zik voo dew-urk bao gòm*
serviette lên thực đơn *len toork durn*
set menu thực đơn cố định *toork
durn kó din*
sex *(act)* quan hệ tình dục *kwan he
tìn zook*
shade *(color)* màu nhạt *mà-oo nat*
shady có bóng râm *kó bóg ram*
shallow nông *nog*
shampoo dầu gội đầu *zòh gọi dòh*
~ and set cắt gội đầu *kát gọi dòh*
shape dáng *zág*
share, to chia sẻ *chia shẻ*
sharp items những đồ sắc *nõorg
vat shák*
shaving: ~ brush cạo râu: bàn chải
cạo râu *kao roh: bàn chải kao roh*
~ cream kem cạo râu *kem kao roh*
she cô ấy *ko áy*
sheath *(contraceptive)* bao cao su
bao kao shõo

sheet *(bedding)* ga trải giường
ga trải jèw-urg
ship tàu thủy *tà-oo tỏo-i*
shirt áo sơmi *á-o shurmi*
shock *(electric)* điện giật *di-uhn jat*
shoe repair sửa giầy *shử-a jày*
shoe store hiệu giầy *hi-yoh jày*
shoes giầy *jày*
shop cửa hàng *kử-a hàg*
~ assistant nhân viên bán hàng
nan vi-uhn bán hàg
shopping: ~ area khu vực bán hàng
koo voork bán hàg
~ basket giỏ mua hàng
zỏ moo-a hàg
~ mall [centre] khu siêu thị
koo shi-yoh ti
~ trolley [cart] xe đẩy hàng *se
dảy hàg*
to go ~ đi mua sắm *di moo-a shám*
short ngắn *gán*
~-sighted cận thị *kan ti*
shorts quần sóc *kwàn shók*
shoulder vai *vai*
shovel súc bằng sẻng *sóok bàg sẻg*
show, to chỉ *chỉ*
can you show me? bạn có thể chỉ
dẫn cho tôi được không? *ban kó tẻ
chỉ zãn cho toi dew-oork kog*
shower tắm vòi hoa sen *tám vòi
hwa shen*
shut đóng *dóg*
when do you shut? Khi nào thì bạn
đóng cửa? *ki nào ti ban dóg kử-a*
sick: I'm going to be sick ốm: tôi
sắp bị ốm rồi *óm: Toi sháp bi óm ròi*
side bên *ben*
~ street đường phụ *dèw-urg foo*
side order gọi món phụ *gọi món
foo*
sides *(hair)* bên/mái tóc *ben/mái tok*
sights cảnh *kản*
sightseeing: ~ tour cảnh quan;
du lịch ngắm cảnh *kản kwan; zoo lik
gám kản*
to go ~ đi thăm quan *di tam kwan*

sign *(road sign)* biển chỉ dẫn (đường) *bii-uhn chỉ zăn (dèw-urg)*

~ post biển chỉ dẫn *bi-uhn chỉ zăn*

silk lụa *loo-a*

silver bạc *bak*

~-plate mạ bạc *ma bak*

Singapore Nước Singapore *néw-urk sig-ga-po*

singer ca sỹ *ka shĩ*

single đơn *durn*

~ room phòng đơn *fòg durn*

~ ticket vé một chiều *vé mot chì-yoh*

to be ~ độc thân *dok tan*

sink bồn rửa *bòn rử-a*

sister chị gái *chỉ gái*

sit, to ngồi *gòi*

sit down, please ngồi xuống vui lòng *gòi sóorg voo-i lòg*

size cỡ *kữr*

skin da *za*

skirt váy ngắn *váy gán*

sleep, to ngủ *gỏo*

sleeping: ~ bag túi ngủ *tóo-i gỏo*

~ car xe *se*

~ pill thuốc ngủ *tóork gỏo*

sleeve tay áo *tay á-o*

slice miếng *mí-uhg*

slippers dép đi trong nhà *zép di trog nà*

slow chậm *cham*

to be ~ *(clock)* chạy chậm (đồng hồ) *chay cham (dòg hò)*

slow down! Hãy chậm lại! *hãy cham lai*

slowly một cách chậm rãi *mot kák cham rãi*

SLR camera máy quay phim SLR *máy kway fim sh-lur-rur*

small nhỏ *nỏ*

~ change tiền lẻ *tì-uhn lẻ*

smell: there's a mùi: có mùi lạ *mòo-i: kó mòo-i la*

bad smell mùi khó ngửi *mòo-i kó gỏr-i*

smoke, to hút thuốc *hóot tóork*

smoking *(area)* khu vực hút thuốc *koo voork hóot tóork*

snack bar quán ăn vặt *kwán an vat*

snacks đồ ăn nhẹ *dò an ne*

sneakers giày đế mềm *zày dé mèm*

snorkel ống thông hơi *óg tog hur-i*

snow, to tuyết rơi *too-yít rur-i*

soap xà phòng *sà fòg*

~ powder xà phòng bột *sà fòg bot*

soccer bóng đá *bóg dá*

socket lỗ *lỗ*

socks tất *tát*

soft drink đồ uống nhẹ *dò óorg ne*

solarium nơi tắm nắng *nur-i tám nág*

sole đế giầy *dé jày*

soluble aspirin thuốc đau đầu có thể hoà tan *tóork da-oo dòh ko tẻ hwà tan*

some một vài *mot vài*

~ one ai đó *ai dó*

~ thing điều gì đó *dì-yoh gì dó*

~ times thỉnh thoảng *tỉn twảg*

son con trai *kon trai*

soon nhanh *nan*

as ~ as possible càng nhanh càng tốt *kàg nan kàg tot*

sore: it's ~ đau *da-oo*

~ throat viêm họng *vi-uhm hog*

sorry! xin lỗi! *sin lõi*

sort ngắn *gán*

soul music nhạc trữ tình *nak trõor tìn*

sour chua *choo-a*

south phía nam *fí-a nam*

South Africa Nam Phi *nam fi*

South African người Nam Phi *gèw-ur-i nam fi*

souvenir quà tặng lưu niệm *kwà tag lur-ew ni-uhm*

~ store quầy bán quà lưu niệm *kwày bán kwà lur-ew ni-uhm*

soy sauce tương *tew-urg*

space không gian *kog jan*

spade cái mai *kái mai*

spare *(extra)* dành *zàn*

speak, to nói *nói*

~ to nói chuyện với *nói choo-in vúr-i*

do you speak English? bạn có nói tiếng anh không? *ban kó nói tí-uhg an kog*

special: ~ delivery đặc biệt: chuyển phát đặc biệt *dak bi-uht: choo-ìn fát dak bi-uht*

~ rate giá đặc biệt *zá dak bi-uht*

specialist chuyên gia *choo-in ja*

specimen mẫu *mõh*

spectacles cảnh ấn tượng *kản án tew-urg*

speed, to tăng tốc *tag tók*

spend, to tiêu *ti-yoh*

spicy cay *kay*

sponge bọt biển *bot bỉ-uhn*

spoon thìa *tỉ-a*

sport thể thao *tẻ tao*

sporting goods store cửa hàng bán đồ thể thao *kửr-a hàg bán dò tẻ tao*

sports các môn thể thao *kák mon tẻ tao*

~ club câu lạc bộ thể thao *koh lak bo tẻ tao*

~ ground sân chơi thể thao *shan kur-i tẻ tao*

sprained, to be bị bong gân *bi bog gan*

spring mùa xuân *mòo-a soo-uhn*

square hình vuông *hìn voorg*

stadium sân vận động *shan van dog*

staff nhân viên *nan vi-uhn*

stain vết phai màu *vét fai mà-oo*

stainless steel thép không rỉ *tép kog rỉ*

stairs cầu thang *kòh tag*

stamp tem *tem*

~ machine máy đóng tem *máy dóg tem*

stand in line, to đứng vào hàng *dóorg vào hàg*

standby ticket vé đứng *vé dóorg*

start, to bắt đầu *bát dòh*

statement (legal) tuyên bố *too-in bó*

station ga *ga*

statue tượng *tew-urg*

stay (n.) ở *ửr*

stay, to ở lại *ửr lai*

steak house nhà hàng chuyên về thịt bò *nà hàg choo-in vè tit bò*

sterilizing solution phương pháp triệt sản *few-urg fáp tri-uht shản*

still: I'm still waiting vẫn: tôi vẫn đợi *vãn: toi vãn dur-i*

sting châm *kam*

stockings vớ dài *vứr zài*

stolen, to be bị mất cắp *bi mát káp*

stomach dạ dày *za zày*

~ache đau bụng *da-oo boog*

stool (feces) ghế đẩu *gé đỏh*

stop (bus/tram) bến dừng *bén zòorg*

stop (at), **to** dừng *zòorg*

stopcock khoá *kwá*

store (n.) quầy hàng *kwày hàg*

stormy, to be trời bão *trừr-i bão*

stove găng tay *gag tay*

straight ahead thẳng phía trước *tảg fí-a tréw-urk*

strained muscle cơ bắp mệt mỏi *kur báp met mỏi*

strange lạ *la*

straw (drinking) ống hút *óg hóot*

strawberry dâu tây *zoh tai*

stream dòng nước *zòg néw-urk*

strong khoẻ *kwẻh*

student sinh viên *shin vi-uhn*

study, to học *hok*

style kiểu *kỉ-yoh*

subtitled, to be được phụ đề *dew-urk foo dè*

subway tàu điện ngầm *tà-oo di-uhn gàm*

~ station ga tàu điện ngầm *ga tà-oo di-uhn gàm*

sugar đường *dèw-urg*

suggest, to gợi ý *gur-i í*

suit bộ trang phục *bo trag fook*

suitable for phù hợp cho *fòo hurp cho*

summer mùa hè *mòo-a hè*

sun block ngăn nắng *gan nág*

sunbathe, to tắm nắng *tám nág*

sunburn cháy nắng *cháy nág*

Sunday ngày chủ nhật *gày chỏo nat*

sunglasses kính râm *kín ram*

sunscreen màn hình lấy năng lượng mặt trời *màn hìn láy nag lew-urg mat trừr-i*

sunshade bóng nắng *bóg nág*

sunstroke say nắng *shay nág*

super *(gas/petrol)* chất lượng cao *chất lew-urg kao*

superb tuyệt vời *too-yit vừr-i*

supermarket siêu thị *shi-yoh ti*

supervision sự giám sát *shoor zám shát*

supplement phần bổ xung *fàn bổ soog*

suppositories giả thuyết *zả too-yít*

sure: are you sure? bạn có chắc chắn không? *ban kó chák chán kog*

surfboard bảng trượt song *ván trew-urt*

surname tên họ *ten ho*

sweater áo chui đầu *áo choo-i dòh*

sweatshirt áo sơmi chui đầu *áo shurmi choo-i dòh*

sweet ngọt *got*

sweets *(candy)* kẹo *keh-ao*

swelling sưng tấy *shoorg táy*

swim, to bơi *bur-i*

swimming: ~ pool bể bơi *bể bur-i*

~ trunks quần bơi *kwàn bur-i*

swimsuit bộ áo bơi *bo áo bur-i*

switch bật bật *bat*

swollen, to be bị sưng tấy *bi shoorg táy*

symptoms triệu chứng *tri-yoh chóorg*

synagogue hội đạo do thái *hoi dao zo tái*

synthetic tổng hợp *tổg hurp*

T

T-shirt áo sơmi *áo shurmi*

table bàn *bàn*

tablet viên *vi-uhn*

Taiwan đài loan *dài lwan*

take, to lấy *láy*

I'll take it tôi sẽ lấy nó *toi shẽ láy nó*

I'll take it *(room)* Tôi sẽ nhận phòng đó *toi shẽ nan fòg dó*

~ photographs, to chụp ảnh *choop ản*

taken *(occupied)* bị chiếm giữ *bi chí-uhm jõor*

talk, to nói chuyện *nói choo-in*

tall cao *kao*

tampons miếng gòn vệ sinh phụ nữ *mí-uhg gòn ve shin foo nõor*

tan rám nắng *rám nág*

tap vòi *vòi*

taxi xe taxi *se ták-si*

~ stand [rank] bãi đậu taxi *bãi doh ták-si*

tea trà *trà*

~ bags túi trà *tóo-i trà*

~ towel khăn lau ở bếp *kan la-oo ử bép*

teacher giáo viên *záo vi-uhn*

team đội *doi*

teaspoon thìa trà *tì-a trà*

teddy bear gấu bông Teddy *góh bog Tét-di*

telephone điện thoại *di-uhn twai*

~ booth bốt điện thoại *bót di-uhn twai*

~ call cú điện thoại *kóo di-uhn twai*

~ directory sổ danh bạ điện thoại *shổ zan ba di-uhn twai*

~ number số điện thoại *shó di-uhn twai*

telephone, to gọi điên cho *goi di-uhn ko*

temperature nhiệt độ *ni-uht do*

temporarily tạm thời *tam từr-i*

ten thousand mười nghìn *mèw-ur-i gìn*

tennis tennis *ten-nít*

~ court sân tennis *shan ten-nít*

tent lều *lèw*

~ pegs móc trại *mók trai*

~ pole cột trại *kot trai*

terrible kinh khủng *kin kổog*

terrific tuyệt vời *too-yit vừr-i*

tetanus bệnh uốn ván *ben óorn ván*

Thailand Nước Thái lan *néw-urk tái lan*
thank you cảm ơn *kảm urn*
that one cái đó *kái dó*
that's all tất cả như vậy thôi *tát kả noor vai toi*
theater nhà hát *nà hát*
theft vụ mất trộm *voo mát trom*
their(s) của họ *kỏo-a ho*
theme park công viên giải trí *kog vi-uhn zải trí*
then khi đó *ki dó*
there ở đó *ử dó*
~ is có *kó*
~ are có *kó*
thermometer máy đo nhiệt độ *máy do ni-uht do*
thermos flask phát sáng nhiệt *fát shág ni-uht*
these những cái này *nõorg kái này*
they họ *ho*
thief tên ăn trộm *ten an trom*
thigh đùi *dòo-i*
thin cằm *kàm*
think: ~ about it nghĩ: suy nghĩ về điều đó *gĩ: shoo-i gĩ vè dì-yoh dó*
what do you ~ of ..? bạn nghĩ gì về... vậy? *ban gĩ gì vè... vay*
I think tôi nghĩ là *toi gĩ là*
third thứ ba *tóor ba*
~ party insurance bên thứ ba bảo hiểm *ben tóor ba bảo hỉ-uhm*
third, a một phần ba *mot fàn ba*
thirsty: I am thirsty khát: tôi khát *kát: toi kát*
this này *này*
~ one cái này *kái này*
those những cái kia *nõorg kái kia*
thousand nghìn *gìn*
throat cổ họng *kỏ hog*
thrombosis chứng nghẽn mạch *chóorg gẽn mak*
through qua *kwa*
thumb ngón tay cái *gón tay kái*
Thursday thứ năm *tóor nam*
ticket vé *vé*
~ office quầy bán vé *kwày bán vé*

tie cà vạt *kà vat*
tight chặt *chat*
tights tất quần *tát kwàn*
till receipt đến hóa đơn *dén hwá durn*
time thời gian *tùr-i jan*
on ~ đúng giờ *dóog jùr*
free ~ thời gian rảnh rỗi *tùr-i jan rản rõi*
... times a day lần trong ngày *làn trog gày*
timetable thời gian biểu *tùr-i jan bỉ-yoh*
tin hộp *hop*
~ opener cái mở hộp *kái mửr hop*
tire *(car)* lốp xe *lóp se*
tired: I'm tired mệt: tôi mệt *met: toi met*
tissues giấy lau *jáy la-oo*
to *(place)* đến *dén*
tobacco thuốc lá *tóork lá*
tobacconist buôn bán thuốc lá *boorn bán tóork lá*
today hôm nay *hom nay*
toe ngón chân *gón kan*
tofu đậu *(ăn)* doh *(an)*
together cùng nhau *kòog na-oo*
toilet nhà vệ sinh *nà ve shin*
~ paper giấy vệ sinh *jáy ve shin*
tomorrow ngày mai *gày mai*
tongue lưỡi *lẽw-ur-i*
tonight đêm nay *dem nay*
tonsilitis viêm amidan *vi-uhm amidan*
tonsils amidan *amidan*
too cũng *cõog*
~ much quá nhiều *kwá nì-yoh*
tooth răng *rag*
~brush bàn chải đánh răng *bàn chải dán rag*
~ache đau răng *da-oo rag*
~paste thuốc đánh răng *tóork dán rag*
top đỉnh *dỉn*
torch cái đuốc *kái dóork*
torn, to be *(muscle)* bị rách *bi rák*

torn: this is torn rách: cái này bị rách *rák: kái này bi rák*

tough (*food*) dai *zai*

tour chuyến đi *choo-ín di*

~ guide hướng dẫn viên du lịch *héw-urg zãn vi-uhn zoo lik*

~ operator người tổ chức các chuyến du lịch *gèw-ur-i tổ chóork kák choo-ín zoo lik*

tourist khách du lịch *kák zoo lik*

tow truck xe kéo *se kéh-ao*

towards hướng tới *héw-urg túr-i*

towel khăn tắm *kan tám*

tower tháp *táp*

town thành phố *tàn fó*

~ hall uỷ ban thành phố *ỏo-i ban tàn fó*

toy đồ chơi *dò chur-i*

~ store quầy bán đồ chơi *kwày bán dò chur-i*

traditional thuộc truyền thống *toork troo-ìn tóg*

traffic giao thông *zao tog*

~ jam tắc đường *ták dèw-urg*

~ violation [offence] vi phạm giao thông *vi fam zao tog*

trail lối mòn *lói mòn*

trailer xe rơmooc *se rur-mó-ok*

train tàu hoả *tà-oo hwả*

~ station sân ga *shan ga*

training shoes giầy tập *jày tap*

tram tàu điện *tòh di-uhn*

transfer chuyển *choo-ìn*

transit, in đi qua *di kwa*

translate, to dịch *zik*

translation bản dịch *bản zik*

translator người dịch thuật *gèw-ur-i zik too-uht*

trash rác *rák*

~ cans thùng rác *tòog rák*

travel: ~ agency hãng du lịch *hãg zoo lik*

~ sickness ốm du lịch *óm zo di nì-uhu*

traveler's check séc du lịch *shék zoo lik*

tray khay *kay*

tree cây *kay*

trim gọn gàng *gon gàg*

trip chuyến đi *choo-ín di*

have a good trip Chúc một chuyến đi vui vẻ *chóok mot choo-ín di voo-i vẻ*

trolley xe có bánh đẩy *se kó bán dầy*

trouser press bàn là quần *bàan là kwàn*

trousers quần *kwàn*

truck xe tải *se tải*

true: that's ~ đúng: điều đó là đúng *dóog: dì-yoh dó là dóog*

that's not ~ điều đó không đúng *di-yoh dó kog dóog*

try on, to thử *tỏor*

Tuesday thứ ba *tóor ba*

tumor khối u *kói oo*

tunnel đường hầm *dèw-urg hàm*

turn, to chuyển *choo-ìn*

~ down vặn nhỏ đi *van nỏ di*

~ off tắt đi *tát di*

~ on bật lên *bat len*

~ up bật to lên *bat to len*

TV ti-vi *ti-vi*

tweezers nhíp *níp*

twice hai lần *hai làn*

twin bed giường đôi *jèw-urg doi*

twist: I've twisted my ankle vẹo: Tôi vừa bị trẹo chân *bẹe: toi vùr-a bi treh-ao chan*

two-door car xe ôtô hai cửa *se oto hai kửr-a*

type loại *lwai*

what type? loại nào? *lwai nào*

typical tiêu biểu *ti-yoh bỉ-yoh*

tyre lốp xe *lóp se*

ugly xấu *sóh*

ulcer chỗ loét *kỗ lwét*

umbrella cái ô *kái o*

uncle bác *bák*

unconscious, to be vô thức *vo tóork*

under dưới *zéw-ur-i*

~ done làm quá *làm kwá*

~ pants quần lót *kwàn lot*

~ pass đường chui *dèw-urg koo-i*

understand, to hiểu *hỉ-yoh*

do you understand? bạn có hiểu không? *ban kó hỉ-yoh kog*

I don't understand Tôi không hiểu *toi kog hỉ-yoh*

undress, to cởi *kử-i*

uneven không bằng phẳng *kog bàg fẳg*

unfortunately không may *kog may*

uniform đồng phục *dòg fook*

unit (for a phone card) đơn vị *durn vi*

United States Nước Mỹ *néw-urk mĩ*

unleaded gas [petrol] xăng không chì *sag kog chì*

unlimited mileage lợi ích không giới hạn *lur-i ik kog júr-i han*

unlock, to yháo khoá *táo kwá*

unpleasant khó chịu *kó chew*

unscrew, to tháo ra *táo ra*

until cho đến khi *cho dén ki*

up to lên tới *len túr-i*

upper berth chỗ ngủ ở trên *chõ gỏo ử tren*

upset stomach bụng đảo *boọg da-oo*

upstairs ở trên *ử tren*

urine nước tiểu *néw-urk tỉ-yoh*

use, to sử dụng *shỏor zoog*

use: for my personal use dùng: dùng cho mục đích cá nhân *zòog: zòog cho mook dík ká nan*

V-neck cổ chữ V *kỏ chõor ve*

vacant trống *tróg*

vacation, on đi nghỉ *di gỉ*

vaccinated against, to be được tiêm phòng chống *dew-urk ti-uhm fòg chóg*

vaginal infection viêm âm đạo *vi-uhm am dao*

valet service dịch vụ người phục vụ *zik voo gèw-ur-i fook voo*

valid có giá trị *kó zá tri*

validate, to phê chuẩn *fe chỏo-uhn*

valley thung lũng *toog lõog*

valuable có giá trị *kó zá tri*

value giá trị *zá tri*

valve van *van*

vanilla va-ni *va-ni*

VAT thuế giá trị gia tăng (VAT) *tóo-ei zá tri ja tag (ve-a-te)*

~ receipt hóa dơn thuế *hwá durn tóo-ei*

vegan, to be đang ăn chay *dag an chay*

vegetables rau *ra-oo*

vegetarian người ăn chay *gèw-ur-i an chay*

to be ~ đang ăn chay *dag an chay*

vehicle registration document giấy tờ đăng ký xe *jáy tùr dag kí se*

vein mạch máu *mak má-oo*

venereal disease bệnh hoa liễu *ben hwa lĩ-yoh*

ventilator máy thông hơi *máy tog hur-i*

very rất *rát*

video: ~ game video: trò chơi điện tử *vi-de-o: trò chur-i di-uhn tỏr*

~ recorder máy ghi băng video *máy gi bag vi-de-o*

Vietnam Nước Việt nam *néw-urk vi-uht nam*

view: with a view of the sea phong cảnh: với phong cảnh của biển *fog kản: vúr-i fog kản kỏo-a bỉ-uhn*

viewpoint điểm quan sát *dỉ-uhm kwan shát*

village làng *làg*

vinaigrette nước sốt dầu dấm *néw-urk shót zòh zám*

vineyard/winery vườn nho/ xưởng làm rượu *vèw-urn no/ sẻw-urg làm rew-uru*

visa hộ tịch *ho tik*

visit, to đi thăm *di tam*

visiting hours giờ thăm *jừr tam*

vitamin tablets viên thuốc bổ *vi-uhn tóork bỏ*

volleyball bóng chuyền *bóg choo-ìn*

voltage vôn *von*

vomit, to nôn mửa *non mửr-a*

wait (for)**, to** đợi *dur-i*

wait! Xin hãy đợi! *sin hãy dur-i*

waiter bồi bàn *bòi bàn*

waiting room phòng đợi *fòg dur-i*

waitress bồi bàn *bòi ban*

wake, to thức dậy *tóork zay*

wake-up call điện thoại đánh thức *di-uhn twai dán tóork*

Wales (n.) xứ Wales *sóor walesh*

walk (n.) đi bộ *di bo*

~ home đi bộ về nhà *di bo vè nà*

walking route đường đi bộ *dèw-urg di bo*

wallet ví tiền *ví tèi-uhn*

war memorial tưởng niệm chiến tranh *tẻw-urg ni-uhm chí-uhn tran*

ward (hospital) trạm xa *tram sá*

warm ấm *ám*

washbasin bồn rửa *bòn rửr-a*

washing: ~ machine máy rửa bát *máy rửr-a bát*

~ powder xà phòng rửa dạng bột *sà fòg rửr-a zag bot*

washing-up liquid nước rửa bát *néw-urk rửr-a bát*

wasp ong bò vẽ *og vò vẽ*

watch (n.) đồng hồ đeo tay *dòg hò deh-ao tay* (v.) xem *sem*

water nước *néw-urk*

~ bottle chai nước *chai néw-urk*

~ heater bình hâm nước *bìn ham néw-urk*

~ skis ván trượt nước *vaán trew-urt néw-urk*

waterfall thác nước *ták néw-urk*

waterproof không thấm nước *kog tám néw-urk*

~ jacket áo không thấm nước *áo kog tám néw-urk*

wave song *shóg*

waxing sự đánh bóng bằng sáp *shoor dán bóg bàg sháp*

way (direction) đường đi *dèw-urg di*

on the ~ trên đường *tren dèw-urg*

we chúng tôi *chóog toi*

wear, to mặc *mak*

weather thời tiết *tùr-i tí-uht*

~ forecast dự báo thời tiết *zoor báo tùr-i tí-uht*

wedding đám cưới *dám kéw-ur-i*

~ ring nhẫn cưới *nãn kéw-ur-i*

Wednesday thứ tư *tóor toor*

week tuần *tòo-uhn*

weekend: on [at] the ~ ngày nghỉ cuối tuần *gày gỉ kóori tòo-uhn*

~ rate giá cuối tuần *zá kóori tòo-uhn*

weight: my weight is trọng lượng của tôi là *trog lew-urg kỏo-a toi là*

welcome to chào mừng đến *chào mòorg dén*

well-done (meat) nấu kỹ *nòor kĩ*

Welsh người xứ Wales *gèw-ur-i sóor way-l*

west phía tây *fía tai*

wetsuit bộ đồ lặn *bo dò lan*

what: what time? mấy: mấy giờ rồi? *máy: máy jừr roi*

what's the time? bây giờ là mấy giờ rồi? *bay jừr là máy jừr ròi*

what kind of? loại nào? *lwai nào*

wheelchair xe đẩy *se dảy*

when? khi nào? *ki nào*

where? ở đâu? *ử doh*

where are you from? bạn từ đâu đến? *ban tòor doh dén*

where is the ...? ... ở đâu? *... ử doh*

where were you born? bạn sinh ra ở đâu? *ban shin ra ử doh*

which? cái nào? *kái nào*

white màu trắng *mà-oo trág*

wine rượu *rew-uru*

who? ai? *ai*

whose? của ai? *kôo-a ai*
why? tại sao? *tai shao*
wide rộng *rog*
wife vợ *vur*
wildlife đời sống hoang dã *dùr-i shôg hwag zã*
windbreaker cái chắn gio *kái chán zó*
window *(store)* tủ trưng bày mẫu *tôo troorg bày mõh*
~ seat ghế cạnh cửa sổ *gé kan kửr-a shổ*
windscreen kính chắn gió *kín chán zó*
windy, to be có gió *kó zó*
wine rượu *rew-uru*
~ list danh sách rượu *zan shák rew-uru*
winter mùa đông *mòo-a dog*
wishes: best wishes mong ước: lời chúc tốt đẹp nhất *mog éw-urk: lùr-i chóok tót dẹp nát*
with với *vúr-i*
within *(time)* trong vòng *trog vòg*
without không bao gồm *kog bao gòm*
witness người làm chứng *gèw-ur-i làm chóorg*
wood gỗ *gõ*
wool len *len*
work: ~ for làm việc cho *làm vi-uhk cho*
it doesn't work nó không hoạt động *nó kog hwat dog*
worse tồi tệ hơn *tòi te hurn*
worst tồi tệ nhất *tòi te nát*
wound vết thương *vét tew-urg*
write down, to viết xuống *ví-uht sóorg*
wrong *(incorrect)* sai *shai*
~ number số sai *shó shai*
to be ~ bị nhầm *bi nàm*
there's something wrong with có cái gì đo bất bình thường *kó kái gì do bát bìn tèw-urg*

X

X-ray tia X-quang *tia x-kwag*

Y

yacht thuyền *too-ìn*
year năm *nam*
yellow màu vàng *mà-oo vàg*
yes vâng, đúng *vag, dóog*
yesterday ngày hôm qua *gày hom kwa*
yogurt sữa chua *shũr-a choo-a*
you bạn *ban*
young trẻ *trẻ*
your(s) của bạn *kôo-a ban*
youth hostel cư xá thanh niên *koor sá tan ni-uhn*

Z

zebra crossing vồỗ dành cho người đi bộ *lối zàg cho gew-ùr-i di bọ*
zero số không *shó kog*
zip(per) khoá *kwá*

GLOSSARY

The Vietnamese–English glossary covers all the areas where you may need to interpret written Vietnamese, such as hotels, public buildings, restaurants, stores, ticketing offices, airports and train stations. The Vietnamese is written in upper case characters to help you identify the signs you see around you.

GENERAL

LEFT	**TRÁI**	*trái*
RIGHT	**PHẢI**	*fải*
ENTRANCE	**LỐI VÀO**	*lói và-o*
EXIT	**LỐI RA**	*lói ra*
TOILETS	**NHÀ VỆ SINH**	*nà ve shin*
MEN (toilets)	**NHÀ VỆ SINH NAM**	*nà ve shin nam*
WOMEN (toilets)	**NHÀ VỆ SINH NỮ**	*nà ve shin nõor*
OCCUPIED	**BẬN**	*ban*
NO SMOKING	**KHÔNG HÚT THUỐC**	*kog hóot tóork*
NO ENTRY	**KHÔNG LỐI VÀO**	*kog lói và-o*
CAUTION	**CẨN THẬN**	*kần tan*

DANGER	**NGUY HIỂM**	*goo-i hỉ-uhm*
DANGER OF DEATH	**NGUY HIỂM CHẾT NGƯỜI**	*goo-i hỉ-uhm chét gèw-ur-i*
PULL/PUSH	**KÉO/ĐẨY**	*ké-o/dảy*
LOST PROPERTY	**TÀI SẢN BỊ MẤT**	*tà-i shản bi mát*
NO SWIMMING	**KHÔNG ĐƯỢC BƠI**	*kog dew-urk bur-i*
KEEP OUT	**CẤM VÀO**	*kám và-o*
DRINKING WATER	**NƯỚC UỐNG**	*new-úrk óorg*
PRIVATE	**RIÊNG**	*ri-uhg*
NO LITTER	**KHÔNG XẢ RÁC**	*kog sả rák*
UNDERPASS [subway]	**ĐƯỜNG NGẦM**	*dèw-urg gàm*
MIND THE STEP	**ĐI CẨN THẬN**	*di kản tan*
WET PAINT	**SƠN ƯỚT**	*shurn éw-urt*
FIRST CLASS (train)	**HẠNG NHẤT**	*hag nát*
SECOND CLASS (train)	**HẠNG HAI**	*hag hai*

ROAD SIGNS

STOP	**DỪNG LẠI**	*Zừrg la-i*
KEEP RIGHT	**THEO BÊN PHẢI**	*teo ben fải*
KEEP LEFT	**THEO BÊN TRÁI**	*teo ben trái*
ONE WAY	**MỘT CHIỀU**	*mot chì-uhu*
NO PASSING [overtaking]	**KHÔNG ĐƯỢC VƯỢT**	*kog dew-urk vew-urt*
NO PARKING	**CẤM ĐỖ XE**	*kám dõ se*
HIGHWAY [motorway]	**ĐƯỜNG CAO TỐC**	*dew-urg kao tók*
TRAFFIC LIGHTS	**ĐÈN GIAO THÔNG**	*dèn jao tog*
WARNING	**CẢNH BÁO**	*kản bá-o*
JUNCTION	**GIAO NHAU**	*jao na-oo*

Airport/station

INFORMATION	**THÔNG TIN**	*tog tin*
PLATFORM 1	**ĐƯỜNG SẮT SỐ 1**	*dèw-urg shát shó mot*
GATE 1	**CỔNG SỐ 1**	*kổg shó mot*
CUSTOMS	**HẢI QUAN**	*hả-i kwan*
IMMIGRATION	**NHẬP CƯ**	*nap kur*
ARRIVALS	**ĐẾN**	*dén*
DEPARTURES	**ĐI**	*di*
BAGGAGE CLAIM	**LẤY LẠI HÀNH LÝ**	*láy la-i hàn lí*
BUS	**XE BUÝT**	*se boo-ít*
TRAIN	**TÀU HỎA**	*tà-oo hwả*
CAR RENTAL	**CHO THUÊ XE**	*cho too-ei se*
DELAYED	**TRỄ**	*trễ*

INFORMATION	**THÔNG TIN**	*tog tin*
RECEPTION	**TIẾP TÂN**	*tí-uhp tan*
SWIMMING POOL	**HỒ BƠI**	*ho bur-i*
RESERVED	**ĐÃ ĐẶT CHỖ**	*dãa dat chõ*
EMERGENCY/ FIRE EXIT	**LỐI THOÁT HIỂM**	*lói twát hỉ-uhm*
HOT (water)	**NƯỚC NÓNG**	*new-úrk nóg*
COLD (water)	**NƯỚC LẠNH**	*new-úrk lan*
STAFF ONLY	**CHỈ DÀNH CHO NHÂN VIÊN**	*chi zàn cho nan vi-uhn*
COATCHECK [cloakroom]	**PHÒNG HÀNH LÝ**	*fòg hàn lí*
TERRACE/GARDEN	**SÂN THƯỢNG/ VƯỜN**	*shan tew-urg/ vèw-urn*
NO SMOKING	**KHÔNG HÚT THUỐC**	*kog hóot tóork*
BAR	**QUÁN RƯỢU**	*kwán rew-uru*

STORES

OPEN	**MỞ CỬA**	*mửr kửr-a*
CLOSED	**ĐÓNG CỬA**	*dóg kửr-a*
LUNCH	**BỮA TRƯA**	*bữr-a trur-a*
DEPARTMENT	**BAN/GIAN HÀNG**	*ban/zan hàg*
FLOOR	**TẦNG**	*tàg*
BASEMENT	**TẦNG HẦM**	*tàg hàm*
ELEVATOR [LIFT]	**THANG MÁY**	*tag máy*
ESCALATOR	**THANG CUỐN**	*tag kóorn*
CASHIER	**THU NGÂN**	*too gan*
SALE	**BÁN**	*bán*
STAFF ONLY	**CHỈ DÀNH CHO**	*chỉ zàn ko*
	NHÂN VIÊN	*nan vi-uhn*

FREE ADMISSION	**TỰ DO VÀO CỬA**	*toor zo và-o kử-a*
ADULTS	**NGƯỜI LỚN**	*gèw-ur-i lúrn*
CHILDREN	**TRẺ EM**	*trẻ em*
CONCESSIONS (students/pensioners)	**GIẢM GIÁ** (sinh viên/người hưởng trợ cấp)	*zảm zá (shin vi-uhn/gèw-ur-i hew-ủrg trur káp)*
SOUVENIRS	**QUÀ LƯU NIỆM**	*kwà lur-ew ni-uhm*
REFRESHMENTS	**ĐIỂM TÂM**	*dỉ-uhm tam*
DO NOT TOUCH	**KHÔNG ĐƯỢC CHẠM VÀO**	*kog dew-urk cham và-o*
NO PHOTOGRAPHY	**KHÔNG ĐƯỢC CHỤP ẢNH**	*kog dew-urk choop ản*
SILENCE	**IM LẶNG**	*im lag*
NO ACCESS	**KHÔNG ĐƯỢC VÀO**	*kog dew-urk và-o*

PUBLIC BUILDINGS

HOSPITAL	**BỆNH VIỆN**	*ben vi-uhn*
DOCTOR	**BÁC SĨ**	*bák shĩ*
DENTIST	**NHA SĨ**	*na shĩ*
POLICE	**CẢNH SÁT**	*kản shát*
BANK	**NGÂN HÀNG**	*gan hag*
POST OFFICE	**BƯU ĐIỆN**	*bur-ew di-uhn*
TOWN HALL	**ỦY BAN THÀNH PHỐ**	*ỏo-i ban tàn fó*
TAXI STAND [rank]	**BẾN XE TẮC XI**	*bén se ták si*
PHARMACY	**NHÀ THUỐC**	*nà tóork*
SWIMMING POOL	**HỒ BƠI**	*hò bur-i*
PUBLIC SWIMMING	**HỒ BƠI CÔNG CỘNG**	*hì bur-i kog kog*
MUSEUM	**BẢO TÀNG**	*bả-o tàg*

REFERENCE

NUMBERS

Vietnamese uses the same numerals used in the West.

0	**không**	*kog*	27	**hai bảy**	*hai bảy*
1	**một**	*mot*	28	**hai tám**	*hai tám*
2	**hai**	*hai*	29	**hai chin**	*hai chín*
3	**ba**	*ba*	30	**ba mươi**	*ba mew-ur-i*
4	**bốn**	*bón*	31	**ba mốt**	*ba mót*
5	**năm**	*nam*	32	**ba hai**	*ba hai*
6	**sáu**	*shá-oo*	40	**bốn mươi**	*bón mew-ur-i*
7	**bảy**	*bảy*	50	**năm mươi**	*nam mew-ur-i*
8	**tám**	*tám*	60	**sáu mươi**	*shá-oo*
9	**chin**	*chín*			*mew-ur-i*
10	**mười**	*mèw-ur-i*	70	**bảy mươi**	*bảy mew-ur-i*
11	**mười một**	*mèw-ur-i mot*	80	**tám mươi**	*tám mew-ur-i*
12	**mười hai**	*mèw-ur-i hai*	90	**chín mươi**	*chín mew-ur-i*
13	**mười ba**	*mèw-ur-i ba*	100	**một trăm**	*mot tram*
14	**mười bốn**	*mèw-ur-i bón*	101	**một trăm**	*mot tram*
15	**mười lăm**	*mèw-ur-i lam*		**lẻ một**	*lẻ mot*
16	**mười sáu**	*mèw-ur-i*	102	**một trăm**	*mot tram*
		shá-oo		**lẻ hai**	*lẻ hai*
17	**mười bảy**	*mèw-ur-i bảy*	200	**hai trăm**	*hai tram*
18	**mười tám**	*mèw-ur-i tám*	500	**năm trăm**	*nam tram*
19	**mười chín**	*mèw-ur-i chín*	1,000	**một nghìn**	*mot gìn*
20	**hai mươi**	*hai mew-ur-i*	10,000	**mười nghìn**	*mèw-ur-i gin*
21	**hai mốt**	*hai mót*	35,750	**ba lăm nghìn**	*ba lam gìn*
22	**hai hai**	*hai hai*		**bảy trăm năm**	*bảy tram*
23	**hai ba**	*hai ba*		**mươi**	*nam mew-ur-i*
24	**hai bốn**	*hai bón*	100,000	**một trăm nghìn**	*mot tram gìn*
25	**hai lăm**	*hai lam*	1,000,000	**một triệu**	*mot tri-yoh*
26	**hai sáu**	*hai shá-oo*			

NUMERICAL EXPRESSIONS

first	**thứ nhất** *tóor nát*
second	**thứ hai** *tóor hai*

third	**thứ ba** *tóor ba*
fourth	**thứ tư** *tóor toor*
fifth	**thứ năm** *tóor nam*
once	**một lần** *mot làn*
twice	**hai lần** *hai làn*
three times	**ba lần** *ba làn*
a half	**một nửa** *mot nử-a*
half an hour	**nửa giờ** *nử-a jur*
half a tank	**nửa bình** *nử-a bin*
half eaten	**ăn một nửa** *an mot nử-a*
a quarter	**một phần tư** *mot fàn toor*
a third	**một phần ba** *mot fàn ba*
a pair of...	**một cặp …** *mot kap ..*
a dozen...	**một tá …** *mot tá …*
1998	**1998** *mot gìn chín tram chín tam*
2001	**2001** *hai gìn kog tram lẻ mot*
the 1990s	**những năm 90** *nõorg nam chin mew-ur-i*

Days

Monday	**thứ Hai** *tóor hai*
Tuesday	**thứ Ba** *tóor ba*
Wednesday	**thứ Tư** *tóor toor*
Thursday	**thứ Năm** *tóor nam*
Friday	**thứ Sáu** *tóor shá-oo*
Saturday	**thứ Bảy** *tóor bảy*
Sunday	**Chủ nhật** *chỏo nat*

Months

January	**tháng Một/tháng Giêng** *tág mot/tág jeg*
February	**tháng Hai** *tág hai*
March	**tháng Ba** *tág ba*
April	**tháng Tư** *tág yoor*
May	**tháng Năm** *tág nam*
June	**tháng Sáu** *tág shá-oo*
July	**tháng Bảy** *tág bảy*
August	**tháng Tám** *tág tám*
September	**tháng Chín** *tág chín*
October	**tháng Mười** *tág mèw-ur-i*
November	**tháng Mười Một** *tág mèw-ur-i mot*
December	**tháng Mười Hai/tháng Chạp** *tág mèw-ur-i hai/tág chap*

DATES

It's...	**Hôm nay là ...** *hom nay là ...*
July 10	**ngày 10 tháng Bảy** *gày mèw-ur-i tág bảy*
Tuesday, March 1	**thứ Ba ngày 1 tháng Ba** *tóor Ba gày mot tág ba*
yesterday	**đó là ngày hôm qua** When used with 'it's...' *dó là gày hom kwa*
today	**đó là hôm nay** When used with 'it's...' *dó là hom nay*
tomorrow	**đó là ngày mai** When used with 'it's...' *dó là gày ma-i*
this.../last...	**... này/trước** *... này/tréw-urk*
next week	**tuần sau** *tòo-uhn sha-oo*
every month/year	**hàng tháng/năm** *hàg tág/nam*
on [at] the weekend	**vào cuối tuần** *và-o kóori tòo-uhn*

SEASONS

spring	**mùa xuân** *mòo-a soo-uhn*
summer	**mùa hè/mùa hạ** *mòo-a hè/moo-a ha*
fall [autumn]	**mùa thu** *mòo-a too*
winter	**mùa đông** *mòo-a dog*
in spring	**vào mùa xuân** *và-o mòo-a soo-uhn*
during the summer	**trong mùa hè** *trog mòo-a hè*

GREETINGS

Happy birthday!	**Chúc mừng sinh nhật!** *chóok mòorg shin nat*
Merry Christmas!	**Chúc mừng Giáng Sinh vui vẻ!** *chóok mòorg zág shin voo-i vẻ*
Happy New Year!	**Chúc mừng năm mới!** *chóok mòorg nam múr-i*
Best wishes!	**Chúc tốt lành!** *chóok tót làn*
Congratulations!	**Xin chúc mừng!** *sin kóok mòorg*

Good luck!/All the best!	**Chúc may mắn!** *chóok may mán*	
Have a good trip!	**Lên đường bình an!** *len dèw-urg bìn an*	
Give my regards to	**Gửi lời hỏi thăm đến** *gỏor-i lừr-i hỏi tam dén*	

PUBLIC HOLIDAYS

January 1	**Tết Dương lịch**	New Year's Day
January/February	**Tết Âm lịch**	Lunar New Year
March 3	**ngày Quốc tế Phụ nữ**	Woman Day
April 30	**ngày Chiến thắng**	Winning Day
May 1	**ngày Quốc tế Lao động**	Labor Day
June 1	**ngày Quốc tế Thiếu nhi**	Children Day
September 2	**ngày Quốc Khánh**	Independent Day
October 6	**Tết Trung thu**	Mid-Autumn Festival
December 24-25	**Giáng sinh**	Christmas

TIME

In ordinary conversation, time is expressed in 12 hour a.m./p.m. For airline and train timetables, however, the 24-hour clock is used.

Vietnam is seven hours ahead of GMT year round: it does not change its clocks to reflect winter and summer time.

Excuse me, can you tell me the time?	**Xin lỗi, bạn có thể cho tôi biết mấy giờ không?** *sin lõi, ban kó tẻ cho toi bí-uht máy jùr kog*
It's...	**Bây giờ là …** *bay jùr là …*
five past one	**một giờ năm** *mot jùr nam*
ten past two	**hai giờ mười** *hai jùr mèw-ur-i*
a quarter past three	**ba giờ mười lăm** *ba jùr mèw-ur-i lam*
twenty past four	**bốn giờ hai mươi** *bón jùr hai mew-ur-i*
twenty-five past five	**năm giờ hai lăm** *nam jùr hai lam*

half past six	**sáu giờ rưỡi**	*shá-oo jừr rew-ũr-i*
twenty-five to seven	**bảy giờ kém hai lăm**	*bảy jừr kém hai lam*
twenty to eight	**tám giờ kém hai mươi**	*tám jừr kém hai mew-ur-i*
a quarter to nine	**chín giờ kém mười lăm**	*chín jừr kém mèw-ur-i lam*
ten to ten	**mười giờ kém mười**	*mèw-ur-i jừr kém mèw-ur-i*
five to eleven	**mười một giờ kém năm**	*mèw-ur-i mot jừr kém nam*
twelve o'clock (noon/midnight)	**mười hai giờ (trưa/nửa đêm)**	*mèw-ur-i hai jừr (trur-a/nửr-a dem)*
at dawn	**lúc bình mình**	*lóok bìn min*
in the morning	**vào buổi sáng**	*và-o bỏor-i shág*
during the day	**trong ngày**	*trog gày*
before lunch	**trước bữa trưa**	*tréw-urk bữr-a trur-a*
after lunch	**sau bữa trưa**	*sha-oo bữr-a trur-a*
in the afternoon	**vào buổi chiều**	*và-o bỏor-i chì-yoh*
in the evening	**vào buổi tối**	*và-o bỏor-i tói*
at night	**vào đêm**	*và-o bỏor-i dem*
I'll be ready in five minutes.	**Tôi sẽ sẵn sàng trong năm phút.**	*toi shẽ shãn shàg trog nam fóot*
He'll be back in a quarter of an hour.	**Ông ấy sẽ quay lại trong mười lăm phút.**	*og áy shẽ kway la-i trog mèw-ur-i lam fóot*
She arrived half an hour ago.	**Bà ấy đến cách đây một tiếng.**	*ba áy dén kák day mot tí-uhg*
The train leaves at...	**Tàu rời ga lúc …**	*tà-oo rừr-i ga lóok …*

13:04	**13:04** *mot jùr bón fóot chì-uhu*
0:40	**0:40** *kog jùr bón mew-ur-i fóot shág*
The train is 10 minutes late/early.	**Tàu đến trễ/sớm 10 phút.** *tà-oo dén trẽ/shúrm mèw-ur-i fóot*
It's five minutes fast/slow.	**Nhanh/chậm năm phút.** *nan/cham nam fóot*
from 9:00 to 5:00	**từ 9:00 giờ đến 5:00 giờ** *tòor chín jùr dén nam jùr*
between 8:00 and 2:00	**giữa 8:00 giờ và 2:00 giờ** *jũr-a tám jùr và hai jùr*
I'll be leaving by	**Tôi sẽ đi lúc ...** *toi shẽ di lóok ...*
Will you be back before...?	**Bạn sẽ quay về trước ... chứ?** *ban shẽ kway vè tréw-urk ... chóor*
We'll be here until...	**Chúng tôi sẽ đợi đến ...** *chóog toi shẽ dur-i dén ...*

QUICK REFERENCE

Good morning/afternoon/ evening.	**Xin chào.** *sin chà-o*
Hello/Good-bye.	**Xin chào/Tạm biệt.** *din kà-o/tam bi-uht*
Excuse me. (getting attention)	**Xin chú ý.** *sin kóoí*
Excuse me? [Pardon?]	**Gì cơ?** *gì kur*
Sorry!	**Xin lỗi!** *sin lõ-i*
Please.	**Vui lòng.** *voo-i lòg*
Thank you.	**Cám ơn.** *kám urn*
Do you speak English?	**Bạn biết tiếng Anh không?** *ban bí-uht tí-uhg an kog*
I don't understand	**Tôi không hiểu.** *toi kog hỉ-yoh*
Where is ...?	**... ở đâu?** *... ử doh*
Where are the bathrooms [toilets]?	**Phòng tắm [nhà vệ sinh] ở đâu?** *fòg tám [nà ve shin] ử doh*

EMERGENCY

Help!	**Giúp với!** *jóop vúr-i*
Go away!	**Tránh ra!** *trán ra*
Leave me alone!	**Để tôi yên!** *dẻ toi i-uhn*
Call the police!	**Gọi cảnh sát!** *goi kản shát*
Stop thief!	**Bắt nó. Trộm!** *bát nó trom*
Get a doctor!	**Gọi bác sĩ!** *goi bák shĩ*
Fire!	**Cháy!** *káy*
I'm ill.	**Tôi ốm.** *toi óm*
I'm lost.	**Tôi lạc.** *toi lak*
Can you help me?	**Bạn có thể giúp tôi không?** *ban kó tẻ jóop toi kog*

EMERGENCY ☎

113 (police), **114** (fire), **115** (ambulance)

EMBASSIES/CONSULATES

Most embassies and consulates are located in Ha Noi but some of them are in Ho Chi Minh. Pick up any guidebook to find their contact information.